Commandment Number Eleven

Reya Andales

Ukiyoto Publishing

All global publishing rights are held by

Ukiyoto Publishing

Published in 2022

Content Copyright ©Reya Andales

ISBN 9789360160302

*All rights reserved.
No part of this publication may be reproduced, transmitted, or stored in a retrieval system, in any form by any means, electronic, mechanical, photocopying, recording or otherwise, without the prior permission of the publisher.*

The moral rights of the author have been asserted.

This is a work of fiction. Names, characters, businesses, places, events, locales, and incidents are either the products of the author's imagination or used in a fictitious manner. Any resemblance to actual persons, living or dead, or actual events is purely coincidental.

This book is sold subject to the condition that it shall not by way of trade or otherwise, be lent, resold, hired out or otherwise circulated, without the publisher's prior consent, in any form of binding or cover other than that in which it is published.

Dedication

Ang kuwentong Commandment Number Eleven ay ang unang kwento na aking sinulat. Tatlong beses ko itong ni-revised at ngayon, sa wakas ay nagkaroon ako ng pagkakataong mai-publish into. Sa lahat ng mga tumulong at nag-motivate sa aking magsulat, ako ay lubos na nagpapasalamat sa inyo.

Contents

Prologue	1
Commandment Number 1	5
Commandment Number 2	12
Commandment Number 3	18
Commandment Number 4	25
Commandment Number 5	34
Commandment Number 6	40
Commandment Number 7	49
Commandment Number 8	56
Commandment Number 9	65
Commandment Number 10	72
Commandment Number 11	79
Epilogue: Daven's Order	86
About the Author	*93*

Prologue

Clara's POV

Isa akong babaeng mataas ang Pride. Hinding-hindi agad ako nagpapatalo at hinding-hindi ko pinapakita sa iba na talunan ako.

Hindi ako sanay na mababa ang tingin ng mga tao sa akin. Ngunit sa mga sandaling ito, kailangan kong magpakababa sa harap ng isang lalaki para lang maisalba ang pride ko sa harap ng marami.

Daven Arogante, pangalan palang arogante na, mas na 'yong attitude, aroganteng arogante. Feeling niya siya na pinaka-gwapo sa buong campus kaya sobrang snobber. Kung tutuusin, marami namang mga gwapong lalaki rito sa school, sadyang si Daven lang talaga ang crush ng marami.

"So you're asking me to be your boyfriend for what? A month? Tanga ka ba?"

Ayaw ko. Ayaw na ayaw ko rin. Kailangan ko lang talaga kaya nilunok ko lahat ng pride ko ngayon para lang maki-usap sa kaniya.

"Isang buwan lang naman eh. Talagang kailangang kailangan ko ang tulong mo," pagmamakaawa ko.

"Ano tingin mo sa'kin madadala lang sa pakiusap na 'yan? Humanap ka ng ibang mapapakiusapan," aniya at nag-akmang umalis pero pinigilan ko siya.

"E ikaw na 'yong napakilala ko kay Cathy at Ryan kanina eh–"

"Kaya nga. Kung hindi mo ako hinablot kanina at pinakilala d'yan sa kaibigan at ex mo, hindi ka sana makikiusap na parang tanga sa'kin ngayon," wika niya na may halong inis. Napikon na siya dahil sa pangungulit ko.

"Sorry na nga. Wala lang talaga akong ibang nakita kanina," paghingi ko ng tawad. Dispreradang-disperada lang talaga ako ngayon kaya gagawin ko ang lahat, sumang-ayon lang siya sa akin. "Sorry na, please pagbigyan mo muna ako. Pagkatapos ng isang buwan, maghihiwalay rin naman tayo. Promise babayaran kita, susundin ko rin ang gusto mo pagkatapos nito. Just this one please. Sige na Daven please." Ginawa ko na talaga ang lahat para lang kumbinsihin siya.

Sa buong buhay ko, ngayon lang ako nagmakaawa nang ganito sa isang lalaki. "Please?" Nag puppy eyes pa ako parang kombinsihin siya.

Kumunot ang noo niyang nakatitig sa akin. "Do you really have to go this far? Why not just tell them that you're jealous?"

"Hindi ako nagseselos!"

"Hindi ba halata? Nagseselos ka dahil mabilis naka-move on ang ex mo sa'yo at kaibigan mo pa talaga ang pinalit?"

"Hindi nga ako nagseselos sabi," sigaw ko. Natahimik si Daven at parang nagulat sa pagtaas ng aking boses. Siya naman kasi, pinipilit na nagseselos ako kahit hindi.

Sino ba sila para magselos ako? Kung masaya sila, edi magpakasaya sila. Pakialam ko ba?

"Then bakit Dispreradang-disperada ka magkaroon magkaroon ng boyfriend? Why are you so eager to show them that you already moved on?" tanong niya na nagpatahimik sa akin ng ilang saglit.

"E, una kong boyfriend si Ryan. Masama ang loob ko dahil isang buwan palang kaming hiwalay, may bago na siya." Ang kapal lang ng mukha dahil kaibigan ko pa ang pinalit. Kaya tumaas dugo ko kanina nang makitang magkasama sila.

"So masama lang ang loob mo at hindi ka nagseselos?"

"Oo nga, hindi. Ayaw ko na madagdagan pa ang sama ng loob na naipon ko kaya kailangan kita ngayon."

"Okay, let's make a deal." Biglang nagliwanag ang madilim kong paningin.

"Talaga? Ibig sabihin payag kang magpanggap na boyfriend ko?"

"Deal, but you must keep your words. Babayaran mo ako pagkatapos ng kontrata natin."

Ngumiti ako nang malapad, malapad na malapad. Labis akong nag-problema kanina kung paano makiusap sa kay Daven kasi iniisip kong hindi talaga siya papayag. "Oo naman. So pa'no ba yan, bukas ang simula?"

"Anong bukas? Napakinabangan mo na ako kanina."

Commandment Number 1

Ganito kasi ang kwento.

Kahapon, nag-jogging ako sa plaza at hindi ko inasahang makikita ko roon sina Cathy, ang ahas kong kaibigan, at si Ryan, ang putangina kong ex. Magkahawak-kamay pa talaga ang dalawa.

THROWBACK

Inilagay ko sa aking tainga ang earpiece ko at nagsimulang magjogging. Matagal tagal na rin akong hindi nakapag-ihersisyo. Palagi kasing busy sa school works at minsan tinatamad talaga akong mag-exercise.

Napagod ako at naglakad na lamang. Sa kasamaang palad, nakasalubong ko ang ex ko hawak ang kamay ng kaibigan ko. Napatulala ako saglit sa kanila. I have no idea why they're together.

Magtatago sana ako ngunit huli na, nakita na ako ni Cathy. "C-lara?" gulat niyang asal. Bumitaw agad siya sa kamay ni Ryan.

"Oh, hi," anging nasabi ko. Nagtataka ako kung bakit magkahawak sila ng kamay.

"Ah, Clara kasi..."

"Are you two dating?" Hindi ko na mapigilang magtanong. Nakatingin ako kay Ryan na nagulat din sa presensya ko.

"H-hindi ka naman siguro magagalit kapag sinabi kong oo diba?" Napunta kay Cathy ang aking tingin. *"Break na kayo diba? Hindi ka naman siguro magagali-"*

"Huh, sinong magagalit? Ako? Bakit naman ako magagalit? Isang buwan na kaming hiwalay ni Ryan at isa pa, kaibigan kita kaya susuportahan ko kayo. Congratulations, bagay kayo sa isa't isa." Puno ng pagpapanggap kong wika. Talaga namangng bagay na bagay silang dalawa, bagay na bagay ibaon sa lupa. Mga taksil.

"T-alaga? E bakit parang galit ka yata sa tono ng pananalita mo-"

"A-ako galit? Cathy kailan pa ako naging galit sa'yo?" Natatawa ako.

"So, galit ka nga." Nag-pout siya. Gosh! Kahit kailan talaga, napaka OA slash pabebe ng babaeng 'to. *"Akala ko kasi nakamove on kana sa kaniya at hindi kana magagalit kapag nalaman mong kami na."* The heck, sino sa tingin niya ang makaka-move on sa loob ng isang buwan?

Pero dahil pabida ako. *"Naka move on na ako Cathy. Sa totoo lang, may boyfriend na rin ako."* Sa totoo lang din, hindi ko alam ano pinagsasabi ko. Ayoko lang magmukhang tanga at kawawa rito na hindi pa naka-move on kay Ryan samantalang naka-move on na siya sa akin. *"Kasama ko nga siya rito eh."*

"Huh? Sino?"

"May bago ka?" tanong din ni Ryan na nagpatawa sa akin.

"Bakit? Sa tingin mo ikaw lang nagkaroon ng bago?" sarkastikado kong tanong.

"Sino ba 'yan, Clara?" nakangiting tanong ni Cathy.

"Hmm, someone."

"Really? Nasaan siya? Akala ko ba kasama mo ngayon?"

"Huh?"

"Yong boyfriend mo, sabi mo kasama mo siya ngayon," dagdag pa na tanong ni Cathy.

Damn it, Clara bakit mo ba kasi 'yon sinabi?

"Ah, 'yong boyfriend ko." Pilit akong ngumiti habang tumiyingin sa paligid. "Ah, sa tingin ko…"

"Tsk! Wala ka talagang bago diba?" sumabat si Ryan kaya napalingon ako sa kaniya.

"Woah. Mataas din talaga tingin mo sa sarili mo 'no? sa tingin mo hindi ka madaling palitan?" sumbat ko sa kaniya. I wont let you hurt my pride. Kung mabilis mo akong napalitan, pwes ipapakita ko rin sayong napalitan na kita.

"So, sino nga 'yang boyfriend mo, Clara? Ipakilala mo naman sa amin oh," pagpapacute ni Cathy.

"S-sandali lang." Nagpanggap akong may hinahanap. Tumitingin ako sa paligid ng lalaking pwede kong hingian ng tulong. Sakto namang nahagip ng aking mata si Daven na naglalakad papalapit. "Daven babe," tawag ko sa kaniya na kinagulat niya nang husto.

Tumakbo ako papalapit sa kaniya at nakiusap. "Patawad pero kailangan ko ang tulong mo," bulong ko. Nanlaki ang mga mata niyang nakatingin sa akin. "Pakiusap, kahit ngayon lang please. Sabayan mo lang mga pinagsasabi ko."

Hindi ko na siya hinintay pang sumagot, hinila ko na siya pabalik sa kanila ni Cathy.

At hanggang diyan na nalang tayo sa kuwento dahil nandito na si Daven na arogante. Kanina ko pa siya hinihintay dito sa gate. "Hi, babe," bati ko sa kaniya nang makalapit. Pero nilagpasan lang niya ako.Tsk, kahit kailan talaga, ang sama ng ugali ng taong 'to.

"Hoy, baka nakalimutan mong may usapan tayo," ani ko habang sinasabayan siyang maglakad.

"Hindi, pero gusto kong kalimutan." Nagpatuloy siya sa paglalakad na hindi man lang ako binalingan ng tingin.

"Hoy, nagkasundo na tayo kahapon." Tumigil siya sa paghakbang at masamang tumingin sa akin. Ako naman ay nagpa-kurap-kurap. Nakakatakot pala matignan nang masama.

"Tsk, bakit nga ba ako naipagsundo sayo?" At nagpatuloy ulit siya sa paglalakad.

"Hey, babe walang atrasan , ano ba?" Sumunod ulit ako.

"Don't call me babe. We're not even close."

"Why not? We're in a relationship."

Huminto siya at humarap muli sa akin. "Oh, ano? Ano na naman? Nakiusap ako sa'yo diba? At may kapalit naman pagtulong mo sa akin," explanasyon ko. Baka balatan niya ako sa sama ng kaniyang tingin.

"So, anong plano mo?" tanong niya.

"Magpanggap ka lang na boyfriend ko. Aaminin natin ngayon na we're officially in a relationship."

"Seriously? You're that jealous?"

"Hindi nga ako nagseselos eh."

"Yeah right. You're not jealous. You're just upset." Umirap siya at naunang naglakad kaya nauna siyang nakarating sa classroom. Magkaklase kami ni Daven at magkatabi kami ng desk pero hindi kami magkaibigan dahil mapagmataas ang loko-lokong iyon palibhasa apo ng may-ari ng paaralan. Kaya nga hindi din ako makapaniwalang pumayag siyang makipagsundo sa akin.

"Well, I think I hit the spot." Ngiti ko.

Daven is the arrogant grandson of the school's dean and I really hate his attitude 'cause he always act as if he owns the world. Anyway, he's still handsome and attractive. Thinking about having him after that trash Ryan is a kind of milestone. Let's count how many will get jealous.

Pagdating ko sa classroom, nadatnan ko si Cathy sa harap. "Andito na siya," sigaw niya nang makita ako. Gulat naman akong tumingin sa kaniya at sa buong klase nang magtilian sila.

"Clara, totoo bang kayo na ni Daven?" tanong ni Sam.

"Huh?" napalingon naman ako kay Daven na ngayon ay naglalagay ng earpiece.

"Kailan pa naging kayo, Clara? Bakit ngayon niyo lang sinabi?" tanong naman ni Shina.

"A-h, kailan ko sinabi?"

"Ako 'yong nagsabi." Si Cathy ang sumagot. "Ang tagal mo kasing dumating tapos excited akong malaman nila na kayo na." Ngumingiti-ngiti pa siya sa akin. Akala niya siguro masaya ako sa kaniya.

Tumingin ako muli kay Daven na busy sa pagsusulat, tila wala siyang pakialam siya sa paligid.

"Kahihiwalay niyo lang ni Ryan ah, naka-move on kana agad?" dagdag na tanong ni Shina.

Damn! Ang aga-aga nakikipagtsismisan ang mga tao dito.

"Hindi naman ganoon kahirap mag move on kay Ryan," ani ko habang naglalakad papalapit sa aking desk, sa tabi ni Daven. "At isa pa, sila na din naman ni Cathy kaya ano pang problema?" Umupo ako at sinulyapan siya na nagsusulat pa rin.

"Ano 'yan? Akala ko ba magjowa kayo? Bakit wala man lang kahit good morning?" pang-aasar ni Carlo.

"A-alam niyo na, study first si Daven kaya huwag na abalahin-"

"Naku kung ako sayo te, magagalit ako," sabat naman ni Redjie na bakla. "Isipin mo 'yon, boyfriend mo siya tapos wala man lang oras para sayo-"

"Let me remind everyone." Napatigil sa pagsasalita si Redjie nang magsalita si Daven. Natahimik ang buong classroom at lahat kami napatingin sa kaniya. "I am not deaf. I can hear you," aniya habang nasa notebook pa rin ang tingin. "At ikaw," lingon niya sa akin. "Pag-aralan mo ang quiz, Clara babe."

Hindi ko alam kung ano ang i-rereact ko sa pagtawag niya sa akin ng ganoon pero napangiti na lamang ako. Tumili naman ang buong klase at natahimik lang nang dumating si sir Ern.

Pagkatapos ng klase, lumabas agad si Daven kaya tumakbo ako at sinundan siya. "Daven babe," sigaw ko. Lumingon siya sa akin na parang iritado.

"You were the one who ask me the favor so I have the authority to give terms," aniya na nagpakunot ng noo ko.

"Oh, ano na naman reklamo mo?"

"Number one, do not flirt with me inside the classroom." Umalis agad siya pagkatapos niyang saihin iyan.

"Problema no'n?" Akala ko ba payag na siya sa usapan?

Commandment Number 2

"Clara," tawag sa akin ni Cathy kaya napalingon ako sa kaniya. Kasama niya pa rin itong si Ryan. Simula kaninang umaga, nakadikit lang itong si Cathy sa lalaking 'to. Bihira nga lang kami maghawak kamay noong kami pa.

"Ikaw lang? ba't di mo kasama si Daven? Tanong niya. Nandito kami ngayon sa canteen.

"Kailangan ko pa bang kasama siyang kumain?" tanong ko habang sumusubo ng siomai.

"Diba, kahapon pa naging kayo? Dapat sinusulit niyo na agad ang oras para sa isat isa. Parang kami ni Ryan, kahapon ko pa rin siya sinagot kaya sobrang sweet niya pa sa akin, diba baby?" Muntik na akong mabilaukan. Landi ng babaeng 'to ah.

"Of course naman." Hinalikan ni ryan si Cathy sa pisge at kilig na kilig naman itong bruha. "Mahal na mahal kita."

Tsk. As if. Kahapon pa nga naging sila may pa 'mahal na mahal kita' na. Nakakawalang gana kumain.

Timing namang may notification sa cellphone ko kaya tinignan ko ito. Itong dalawa sa harap ko, panay ang lambingan.

"Sandali lang, may text ang boyfriend ko. Pupuntahan ko lang siya sa library," pagsisinungaling ko. Si mama talaga 'yong nag text. "Bye." Hindi na ako naghintay na magsalita pa sila kasi gustong-gusto ko na mawala sila sa paningin ko.

Hindi ko naman talaga alam kung nasaan si Daven ngayon pero alam kong palagi siyang nasa library tuwing break time kaya sa library ako nagtungo.

"Hi babe," bati ko sa kaniyang nang makalapit ako. Pero parang hindi niya ako napansin. "Hey, hindi mo ba ako papansinin?"

"Number two, do not disturb me when I'm studying," aniya nang tumingin siya sa akin sandali. Pagkatapos ay ibinalik muli sa libro ang tingin.

"Are you giving me commandments? Akala ko ba okay na tayo sa usapan? Ano na naman yang number one, number two na yan ha?"

"Ayaw mong sumunod? Ayaw ko rin magpanggap." Sinarado niya iyong librong binabasa niya tapos kumuha na naman ng isa pang libro.

"As if naman nakapagpanggap ka. Binibigyan mo pa ako ng mga batas na yan, e mas lalo silang hindi makukumbinsi," explanasyon ko. Nakasunod ako sa kaniya habang naghahanap pa ng libro.

"First warning, miss Abella," napalingon ako sa aking likuran. Si maam Veyl iyong nagsalita, ang librarian. "Baka nakalimutan mong nasa library ka?"

"Sorry po ma'am," paumanhin ko.

Umalis na si maam Veyl kaya bumalik ako sa paglingon kay Daven pero hindi ko na siya nakita. Hinanap ko pa siya sa loob ng library pero wala man lang kahit anino niya ang nadatnan ko. Bumalik na lamang ako sa classroom.

"Oh, akala ko ba magkasama kayo ni Daven?" tanong na naman ni Cathy. Sumulyap ako sa desk ni Daven pero wala siya roon.

Nasaan naman kaya nagpunta lokong 'yon?

"Ah, oo kanina sa library. Nauna kasi siyang lumabas." Umupo na lamang ako sa desk ko. Ito namang si Cathy nakasunod sa akin.

"Ibang klase talaga kapag mga matatalino yong inlove sa isa't isa, sa library nagd-date." Sumabat naman sa usapan si Sam na ngayon ay papalapit din sa gawi ko.

"What if double date tayo mamaya?" masayang wika ni Cathy. "May alam namagandang lugar si Ryan para sa date," dagdag niya pa.

Wow, may alam na si Cathy tungkol sa magandang lugar para sa date samantalang ako, hindi ko man lang naranasang dalhin ni Ryan sa magandang lugar na iyan noong kami pa. Wow! Ibang klase rin.

"Nah, may usapan na kami ni Daven mamaya," pagsisinungaling ko.

"Ah, ganoon ba?" Nag-pout na naman 'tong si Cathy. Minsan talaga nagtataka ako sa sarili ko kung bakit ko 'to naging kaibigan. Nasobrahan sa pagkapabebe. "Naisip ko kasi na baka magandang tayong apat yong magkasama. Alam mo na, parang barkada."

"Kilala mo naman si Daven diba? Hindi siya mahilig sa barkada?" Totoo din naman. Wala akong kilalang kaibigan o barkada ni Daven. Ang pangit kasi ng ugali, hindi namamansin. Sino ba gustong kumaibigan sa kaniya? Mga lumalandi, marami.

"Pwede namang kayong dalawa nalang ni Ryan, diba? May sarili kasi kaming plano ni Daven," dagdag ko.

"Class president ft. the Dean's grandson. Huwag na yang abalahin pa, Cathy," sabat na naman ni Sam na pabalik sa kaniyang upuan.

"Oo na. parang nagbago kana ngayong kayo na ni Daven," pagdadrama ni Cathy saka ay bumalik sa kaniyang puwesto.

Ilang sandali pa, dumating na si Daven. Kasunod sa kaniya si sir Gerard, ang adviser namin.

3:30 ng hapon matatapos ang klase namin. 4:30 pa ang dismissal kaya may isang oras na free ang mga estudyante. Ang isang oras na 'yan ay para sa mga club members and athletes, laan para sa daily practice.

Papunta akong broadcasting studio nang makatagpo ko si Daven sa hallway. "Hoy." Tawag ko sa kaniya. Lumingon naman siya sa akin.

"Problema mo? Bat di mo ako pinapansin?" tanong ko sa kaniya habang sinasabayan siya sa paglalakad.

"Kailan ba kita pinapansin?" sarkastikong tanong niya habang nasa unahana pa rin ang tingin.

"Alam kung hindi mo ako pinapansin noon dahil hindi din naman talaga ako nagpapansin sayo pero ngayon may usapan tayo," ani ko. Magkaklase na kami ni Daven simula grade 10 pero kahit kailan hindi ako nagpapansin sa loko-lokong 'to kagaya ng ibang mga babae dito sa school.

Huminto siya sa paglalakad at humarap sa akin. "Bilis ng panahon 'no? parang kahapon lang iyong mga panahong nagmamaldita ka sakin tapos ngayon humihingi kana ng pabor sa akin," aniya.

Nagulat naman ako sa sinabi niya. "At kailan naman ako nagmaldita sayo? Aber?" Taas kilay ko.

"Hmm, innumerate ko ba?" aniya na parang nag-iisip. "Last week, sa classroom. Last month sa ground at sa canteen. Last last month-"

"Ginampanan ko lang papel ko bilang class president, hoy. Ikaw naman talaga itong naging bastos sa teacher mo." Last week kasi, nagkamali ng discuss si ma'am Eula, 'yong bagong teacher namin sa contemporery arts. Tapos ito naman si Daven umarangkada sa pagiging bastos magsalita kaya sinuway ko siya.

"Bastos? Tinama ko lang naman kamalian niya-"

"Oo nga pero hindi mo sana sinabi sa paraang offensive." Ito rin 'yong sagutan namin last week.

"Balita ko may girlfriend na raw si Daven." Sabay kaming napalingon sa hagdan nang makarinig kami ng usapan. "Si clara, iyong class president ng section A."

"Huh? Kahihiwalay lang nila ni Ryan diba?"

"Oo nga, ginayuma niya yata si Daven-"

Natahimik ang tatlong babaeng nag-uusap nang makita kaming dalawa ni Daven. Agad silang nagtakbuhan na sinundan din namin ng tingin hanggang sa mawala sila sa aming paningin. Mga senior high sila base sa kanilang uniform.

"Gayuma, my ass. Kayo kulamin ko eh," asal ko. Mga tsismosang pasaway. Manlilibak nga lang ng tao, ipaparinig pa. Napakamatalino.

"Marunong ka pala kumulam?" tanong ni Daven kaya sinamaan ko siya ng tingin.

"Oo, kahit ikaw pa kulamin ko ngayon eh," inis kong asal at saka umakyat na sa hagdan at dumiretso sa studio para sa meeting.

Commandment Number 3

Next week na pala 'yong valentines at kailangan na naman naming maghanda para sa gagawing activities. Malaking papel ang gagampanan naming broadcasting club tuwing valentines. Wala pa namang sinabi ang club president namin pero mukhang ang nakasanayan na naming mga gawain ang aming paghahandaan.

Sana naman may bago kaming pakulo. Sana lang, wala kasi akong suggestion.

"Woah, Taehyung? BTS ARMY ka?" Namangha ako nang makalapit ako kay Daven sa canteen. Nakita ko 'yong drawing niya sa notebook niya pero nang magsalita ako, tinakpan niya agad ito.

"Bat mo tinago? Tumitingin ako." Reklamo ko at pilit na kinuha ang notebook niya pero hinigpitan niya ito ng hawak.

"Ano ba, huwag ka nga makialam."

"Titingnan ko lang naman eh."

Pinipilit kong hilahin iyong notebook niya pero hinawakan niya rin ito ng mahigpit kaya naghihilahan kami.

"Ano ba?"

"Patingin nga sabi-"

Napatigil kami sa paghihilahan nang mapunit ang notebook, ganoon nadin ang kaniyang drawing. Natulala siya sa punit na papel na nasa kaniyang kamay.

"Sorry," saad ko nang makitang unti-unting nagagalit ang kaniyang mukha.

"Kita mo na? Sabing huwag kang makialam." Unti-unti niyang tinikom ang kaniyang kamao. May diin ang kaniyang bawat salita.

"E-eh hindi ko naman sinasadya, gusto ko lang naman makita 'yong drawing-"

"Number three," Tumaas ang kaniyang boses kaya napatigil ako sa pagsasalita. Nagtinginan tuloy sa'min ang mga estudyante sa paligid. Tumayo siya at galit na tumingin sa akin. "Do not dare to touch my things." Pinulot niya ang mga punit na papel sa sahig at saka ay umalis.

Naiwan ako sa canteen na pinagtitinginan ng mga estudyante. Nagbubulungan din sila.

Buong araw, hindi ako pinapansin ni Daven. Napuno ako ng mga tanong nga mga kaklase ko. Isa na doon si Cathy.

"Ano ba kasing pinag-awayan niyo? Bakit hindi na kayo nagpapansinan?" tapos na ang klase kaya lumabas na ako ng classroom para pumunta sa studio. Si cathy naman naklasunod sa akin. Si Daven, hindi ko alam kung nasaan na yon. Siya yong unang lumabas ng classroom kanina.

"Wala, 'wag mo na isipin."

"Ano ba yan, three days pa naging kayo tapos ganiyan na kayo mag-away. " Sa atotoo lang kanina pa 'tong si Cathy satsat nang satsat. Nakakairita na pakinggan. "Dali na sabihin mo sa'kin, baka may maitutulong ako," aniya pa.

"Huwag na Cath, isipin mo nalang boyfriend mo." Patuloy pa rin ako sa paglalakad.

"Clara, magkaibigan tayo. Gusto ko lang naman makatulo—hi baby." At hindi siya natapos sa kaniyang pagsasalita nang makita niya si Ryan. Tumakbo agad siya papalapit kay Ryan saka yumakap.

"Kamusta ka?" pagpapacute niyang tanong kay Ryan.

"Mahal ka pa rin. Ikaw kamusta ka?" sagot at tanong pabalik ni Ryan.

"Mahal ka rin."

"Girlfriend nga kita." At naghalikan na naman sila sa harap ko. Mga inutil!

"Ay, oo nga pala. May problema sina Clara at Daven," wika ni Cathy na siyang kinatingin ni Ryan sa akin. What the heck?

"Bakit? Nag-away kayo?" tanong ni Ryan.

"Kaninang umaga pa 'yan sila hindi nagpapansinan." Si Cathy naman ang sumagot. "Kaya nga gusto ko sanang tulungan-"

"Huwag na," pigil ko kay Cathy saka humakbang papalapit sa gawi nila. "Hindi ko kailangan ng tulong niyo." Nilagpasan ko lang silang Dalawa.

Dumiretso ako sa studio dahil pag-uusapan na namin ngayon ang mga activities para sa valentines. Pagdating ko doon, iilan pa lamang sila. Si Ivan, na president namin wala pa nga.

"Hi, ate Clara," bati ni Lisa sa akin, siya 'yong pinakabata naming anchor grade 9 palang siya ngayon.

"Hi, Lisa," bati ko pabalik. Umupo ako sa aking puwesto, sa tabi ng puwesto ni ivan. Ako naman kasi ang secretary.

"Ate Clara, nakita ko po boyfriend mo kanina," wika ulit ni Lisa kaya napunta na naman sa kaniya ang atensyon ko. "May kasama po siyang ibang babae po," dagdag niya pa.

"Si Daven? Saan mo siya nakita? Sino kasama niya?" sunod-sunod kong tanong.

"Sino pong Daven? 'Yong Ryan po 'yong pangalan ng boyfriend mo po diba?" Napanganga ako saglit dahil sa tinanong ni Lisa. Napansin ko ang bahagyang pagtawa ni Roy at Asha kaya napalingon ako sa kanila.

"Alam mo Lisa, sa susunod huwag na puro libro atupagin mo, palagi ka nalang outdated," suway ni Roy sa kaniya.

"Po?" pagtataka ni Lisa.

"Hiwalay na kami ni Ryan," natatawa kong sabi.

"Po? Kailan pa po?"

"1 month na." Nakakatawa naman kasi. Si Ryan pa pala ang alam niyang boyfriend ko. Hindi naman kasi mahilig sa tsismis itong si Lisa. Kagaya ni Daven, palaging nasa library.

Kagaya lang ng nakasanayan naming activities ang gagawin namin sa valentines. Monday ang february 14 kaya pupunta kami dito sa Sunday para sa preparation. Ang pinakahihintay talaga na part ng Valentines celebration ng school ay ang confession story na gagawin ng broadcasting club. Ito ay kung saan, babasahin namin ang mga confession na pinadala ng mga anonymous student sa aming website. Araw-araw naman talaga may binabasa kaming confession tuwing hapon, bago ang dismissal. Pero kapag valentines, mag-oopen kami ng special confession.

At iyon na nga ang araw ko, hindi na talaga ako pinapansin ni Daven. Bago ako umuwi, naisipan kong dumaan sa mall. Nag-guilty ako sa nagawa ko kanina sa drawing ni Daven kaya naisipan kong bumili nalang nang pwedeng maibigay ko sa kaniya para kahit papaano mapatawad niya ako bukas kahit kaunti lang. Kahit at least man lang, kausapin niya ako.

Kinabukasan, hinintay ko sa gate si Daven. Nang mapansin niya ako, yumuko siya at nangpanggap na wala siyang pakialam sa akin. Lalagpasan niya sa ako pero pinigilan ko siya. Inabot ko sa kaniya iyong paperbag na may lamang art mterials at mga BTS albums ko. Kompleto ang collection ko ng BTS albums kaya 'yong latest ang binigay ko. May dawala naman akong copies kaya sa kaniya na 'yong isa.

Nakatitig lamang siya sa paperbag na bitbit ko at hindi man lang umimik. "Gusto ko lang humingi ng tawad," ani ko. "Alam kong hindi nito matutumbasan iyong drawing mong nasira ko kahapon pero kahit man lang huwag mo itong i-reject."

Mula sa paperbag na bitbit ko, napunta ang kaniyang tingin akin. Nakikipagtinginan din ako sa kaniya. Ito ang unang pagkakataong nakipagtitigan ako sa kaniyang mga mata nang ganito katagal. Ito rin ang unang pagkakataong nakaramdam ako ng ganitong klaseng tibok ng aking puso.

Pagkatapos ng pagtiti-tigan, tinanggap niya rin sa wakas ang paperbag. Napangiti ako at sinabayan siyang naglakad papasok.

"So, bati na tayo?" tanong ko pero hindi niya ako pinansin. Pero alam kong hindi na siya galit dahil sa itsura niya. Hindi na katulad noong kahapon.

Sinusundan ko pa rin siya hanggang sa makarating siya sa locker niya. Hindi na muna niya binuksan ang locker niya, lumingon muna sa akin. "Ano pa bang kilangn mo?"

"Hmm, wala naman. Hindi mo pa kasi sinasabing bati na tayo," sagot ko.

"Tinanggap ko lang itong binigay mo pero hindi ibig sabihing pinatawad na kita," aniya.

"Alam ko, at alam ko ring hindi kana galit."

Kumunot naman ang kaniyang noo. "Sinong nagsabing hindi na ako galit?"

"Iyang mukha mo." Ngumiti ako. "Hindi ka ganiyan ka-gwapo kapag galit ka," dagdag ko pa.

Inirapan lang niya ako at saka binuksan ang locker niya at inilagay doon iyong bigay ko sa kaniya. Nang masarado niya ang locker niya nauna na siyang naglakad pero nahagip ko siyang ngumiti.

"Oh, ngumiti ka," ani ko at sinundan siya.

"Hindi ako ngumiti," deny niya. Binilisan pa niya ang kaniyang hakbang.

"Sinungaling. Nakita kitang ngumiti." Binilisan ko rin ang hakbang ko.

"Hindi nga sabi." At tuluyan na siyang tumawa.

"Uy tumawa ka. Ibig sabihin bati na tayo?"

"Habulin mo muna ako."

"Hoy sandali." Tumakbo siya kaya tumakbo din ako para habulin siya. Naghahabulan kami habang nagtatawanan.

Hindi ako sigurado ngunit parang kakaiba ang saya ko ngayon. Madalas ako makipagtawanan sa mga kaibigan ko ngunit ngayon ko lang naramdaman na tuwang-tuwa ako.

Nagugustuhan ko ang paghahabol kay Daven. Tila nakalimutan kong kontrata lang pala ang mayroon sa amin.

Commandment Number 4

"**D**aven's commandment number four: Do not make me laugh."

Nainis siya sa akin kahapon no'ng nagkabati kami. Kinaiinisan niya iyong pagpapatawa ko sa kaniya. Sinubukan ko lang naman makipagbati tapos siya itong unang tumawa kaya nakitawa rin ako.

"Tingnan mo, sinusulat ko na mga pinag-uutos mo sakin," Pinakita ko sa kaniya iyong sinusulat ko sa notebook ko. Nandito kami ngayon sa canteen at siya iyong kumuha ng pagkain.

"Tsk, sinusulat mo pa hindi mo naman sinusunod." Ibinigay niya sa akin iyong tray ng pagkain ko at saka siya umupo sa tabi ko. "Wow, parang makatotohanan na talaga pagpapanggap mong boyfriend ko," asar ko sa kaniya.

"Humanda kalang pagkatapos ng isang buwan," banta niya pero ngumiti lang ako.

"Talaga? Matatakot naba ako?"

"Ikaw bahala." aniya at nagsimulang kumain. Nagsimula na din akong kumain habang panay ang ngiti. Hindi ko alam pero napadalas pagngiti ko ngayon.

"Nga pala. Iyong binigay mo kahapon." Tinuon ko sa kaniya ang aking atensyon nang magsalita siya muli. "Thank you for it."

Napangiti ako. "Hindi ko akalaing ARMY ka rin."

"Hindi ako ARMY. Nakasanayan ko lang gawing reference ang BTS members, but thanks for the albums."

"Wow, you really just thanked me."

"Huwag mo akong subukang asarin o babawiin ko 'yong sinabi ko," pagbabanta niya na kinangiti ko.

"Sino may sabing nang-aasar ako?"

"Tumahimik ka nalang at kumain," aniya saka sinubo sa akin iyong sandwich. Nakanganga ako kaya kinuha ko nalang ito. Hindi ko alam pero ang sarap sa pakiramdam na asarin siya, at makipag-asaran sa kaniya. Ang gaan lang ng loob ko.

"Clara." Kakagat na sana ako sa sandwitch nang marinig ko na naman ang pangalan ko galing sa bibig ni Cathy. Lumingon ako sa kaniya. Nakangiti siya sa akin at kasama niya pa rin si Ryan. Lumapit sila sa amin ni Daven dala-dala ang tray ng pagkain nila. Umupo sila sa katapat namin.

"Omg himala. Dito na kayo sa canteen kumakain, hindi na sa library," wika ni Cathy.

"Kailan pa kami kumain sa library?"

"Kailan pa kami kumain sa library?"

Nagkasabay kami ng saad ni Daven kaya nagkatinginan kami.

"As if naman hindi. Palagi niyo lang kaming iniiwan ni Ryan dito."

Palagi nga kaming nasa library pero nag-aaral kami hindi kumakain. Tanga rin itong babaeng 'to eh.

"Hayaan mo na, mahal. Busy lang talaga sila nitong nakaraan," wika naman ni Ryan. With matching hawak pa sa kamay ni Cathy. Ampuputa ng mga 'to!

"Kaya nga naiintindihan ko sila, mahal." Yuumakap rin si Cathy kay Ryan. Aba'y matindi.

Umirap naman ako. Mahal, my foot! Jusko, sumusobra na kalandian ng mga 'to. Kinain ko nalang nang tuluyan 'yong sandwitch ko baka mamaya mawala pa gana ko.

"Ay nga pala, ang sweet niyo doon sa story." Napabalik kay Cathy ang atensyon ko.

"Story? Saang story?" nagtataka kong tanong.

"Hindi mo alam? Ginawan kayo ng story, nakapost sa page ng school," dagdag ni Cathy. "Sandali, pakita ko." Kinuha niya ang cellphone niya at pinakita iyong post. Tumingin din si Daven. Ang picture na ginamit sa story ay picture namin ni Daven doon sa gate, noong ibinigay ko sa kaniya iyong paperbag.

"Hindi niyo alam? Kahapon pa 'to naka post?"

Nagkatinginan kami ni Daven, and he's also confused. Sa tingin ko wala din siyang alam tungkol sa kuwento.

Pero sigurado akong isa sa mga school writers ang may gawa.

"Using someone's picture without their permission is illegal," wika ni Daven.

Hindi lang naman kami nagreklamo sa pag gamit ng picture namin without our permission. It's illegal, but we just let it slide. Ayaw naman ni Daven mag-aksaya ng oras para lang sa bagay na 'yan.

Sa mismong page ng paaralan nakapost, that could be mean someone in authority did it, or approved it. Pero iyong mga estudyante nga lang, kahit saan, kami ang pinag-uusapan.

"Lucky her. May crush pa naman ako kay Daven."

"Bagay din naman sila. Hindi tulad no'ng si Ryan ba 'yon?"

"Oo, si Ryan, ex ni Clara. Gwapo pero hindi ko na mabilang ilan ex no'n."

"Tapos ngayon, girlfriend niya na naman iyong kaibigan ni Clara. Napakainutil talaga nila. Ano kaya naramdaman ni Clara noong nalaman niyang pinagpalit siya sa kaibigan niya?"

"Huwag na 'yan pansinin pa. Mukhang masaya naman ngayon si Clara kay Daven."

Nag-uusap itong dalawang tsismosa sa harapan ko, hindi man lang nila napansin na nandito ako sa likod nila. Nakasunod lang ako sa kanila hanggang sa makapasok sila sa kanilang classroom. Hindi ko intensyong sundan sila. Patungo lang talaga ako sa studio at nagkataong nasa unahan ko sila.

Hot topic talaga kami sa school ah. Sa bagay, Daven and I are both known sa school, though I'm not really as famous as him. Napangiti na na lamang ako habang naglalakad. Akala ko pagsisisihan ko ang pag-hingi ko pabor sa kaniya. I just realized that I made the right move. Tama lang na siya ang naging fake boyfriend ko kasi ngayon pa lang, inggit na sa'kin halos lahat ng mga babae sa campus.

Wala kaming nagawang meeting sa club dahil tapos na naming naisaayos ang mga gawain. Paglabas ko ng studio, bigla akong tinawag ni Ivan. "Clara, sandali."

Lumingon ako sa kaniya. "Bakit?"

Nakangiti siyang lumapit sa akin. "Where are you heading?"

"Well, I'm not sure. Mamaya pa naman dismissal. Bakit?"

"Tamang-tama. Nood ka basketball, may practice game varsity ngayon." Hindi naman varsity player si Ivan pero tuwing may practice game ang varsity team, sina Ivan ang kalaban nila kasi sila ang seniors.

"Hmm, sige."

"Naks, sigurado akong hindi ka mabobored, dahil manonod pinsan ko." Inakbayan niya ako bigla at nagsimulang maglakad kaya napasabay ako sa kaniyang hakbang.

"Pinsan?" pagtataka ko. I'm a bit uncomfortable sa pang-aakbay niya. May mga iilang estudyante kasing tumitingin sa'min.

"Pinsan ko. 'Yong boyfriend mo—or should I say fake boyfriend mo?" aniya kaya napatigil ako sa paghakbang at humarap sa kaniya.

"Pinsan mo Daven?" gulat kong asal. Mas lumapad pa ang ngiti niya na animo'y may nakakatuwa nang sobra.

"Surprise! My beloved cousin told me something about sa pagpapanggap niyo. Actually, not something, but everything." Nakangiti pa rin siya. Kahit kailan naman talaga, palangiti itong si Ivan. Kaya marami ring nagka-crush sa kaniya kasi sobrang bait at approachable, opposite na opposite kay Daven na pinsan daw niya.

What a surprise, hinding-hindi halata. "We just didn't act like we are kasi alam mo na, mahirap maging magpinsang habulin ng mga babae." Pareho naman silang habulin, pero sa tingin ko lalala nga kapag nalaman ng marami na magpinsan sila.

Pinauna niya akong pumasok sa gymnasium kasi magbibihis pa siya. Pagpasok ko, inilibot ko agad ang aking paningin. Marami na mga estudyante. Sumisigaw at sumasayaw na din iyong mga cheerdancers. Hindi pa nagsisimula ang laro dahil iilang players palang ang nasa court.

Tumingin ako sa audience at unang nahagip ng aking mata sina Cathy at Ryan. Kumaway agad si Cathy sa akin ngunit inilibot ko ulit ang aking mata upang hanapin si Daven, at nakita ko siya sa itaas.

Sumenyas si Cathy sa akin na doon paupuin sa kaniyang tabi pero umakyat lang ako sa taas upang puntahan si Daven. Umupo ako sa kaniyang tabi, sa pinakahuling row kami ng bench. Sumulyap lang siya sandali sa akin saka ibinalik sa korte ang tingin. Mukhang magsisimula na yata ang laro.

Nakita ko si Ivan na parang may hinahanap. Nang mahailap niya ako, o kami ni Daven, kumaway siya. Hindi ako sigurado kung kanino siya kumaway, sa akin ba o kay Daven, basta sa amin.

"Hoy, bakit hindi mo sinabi sa aking magpinsan kayo ni Ivan?" tanong ko kay Daven.

"Nagtanong kaba?" Lumingon siya sa akin at sumagot ng sarkastikong tanong.

"Tsk, whatever." Inirapan ko siya. "Sinabi mo pa talaga usapan natin. Baka ano na na naman pinag-iisip ni Ivan sa'kin gayong ako ang unang naki-usap." Baka pagtingin sa'kin ni Ivan ngayon, tulad lang din ng ibang babae rito sa campus.

"He's not just my cousin. He's my only friend. He knows everything about me." Lumingon ako kay Daven muli. Bigla kasing sumeryuso ang kaniyang tono ng pananalita. Nasa laro lang ang tingin niya, sinusundan ang bawat takbo ni Ivan.

"Never thought you still have friends despite your rude attitude." This line is supposed to be a joke pero sineryuso niya yata ako.

"Strangers see me rude. Most students think of me arrogant. Well, that's actually me, in one side. Only some people know every side of me." Natahimik ako sa kaniyang sinabi. Nakatulala lang ako sa kaniya habang siya ay abala sa panonood ng laro. Wala kasi akong maitugon sa kaniyang sinabi.

"How about you?" Nagulat ako nang bigla siyang lumingon sa akin. "Do you still see her as your friend?" tanong niya na ngayon ay nakatingin kay Cathy. "Or, did you ever see her as your best friend?"

I am not sure what is it that he is trying to say, but he really made me think this deep.

Tinignan ko si Cathy na ngayon ay nakahilig sa balikat ni Ryan. Hinalikan ni Ryan ang noo ni cathy. Napaisip din ako kung ano ang nararamdaman ni Cathy sa ngayon na ganito ka sweet si Ryan sa kaniya. Napapaisip din ako kung ano rin ang mararamdaman ko noon kung naging sweet din si Ryan sa akin. Sa totoo lang kasi, hindi ko naramdaman ang pagmamahal niya sa akin.

Nagkaganon lang na naging kami kasi nagustuhan ko rin siya nang saabihin niyang may crush siya sa'kin. Ang bait niya sa'kin noon pero hindi ko ramdam 'yong sweetness niya sa'kin. That kind of sweetness that made someone's heart flutter, hindi ko ramdam.

O talagang ako lang ang hindi nakadama sa pagmamahal niyang pinakita?

"Cathy has been a good friend of me, but I don't think she's my best friend. I started to hate her, that time I caught them dating. Bagong hiwalay lang naman kasi kami ni Ryan, may bago na kaagad siya, at si Cathy pa. Seems like they were already in a thing habang kami pa. Pero ginagawa ko naman ang lahat para mawala ang galit ko sa kanila," saad ko habang pinagmamasdan ang likod nilang dalawa.

"Using me?" napalingon ako muli kay Daven. Puno ng kaseryusuhan ang kaniyang mga matang nakatingin sa akin. Hindi ko mabasa kung ano ang pinapahiwatig ng mga mata niya basta ay kakaiba.

"A-anong pinupunto mo?"

"I don't actually mind it if you're using me to forget and forgive them." Nagkatitigan kami, mata sa mata. "I am just wondering what will happen after this. Some things never worked as planned. I may not be able to be with you for a month."

Hindi ko alam kung ano na naman ang pinupunto niya ngayon pero kinakabahan ako. Kinakabahan ako sa tono ng kaniyang pananalita at sa mga katagang kaniyang binibitawan.

"Patawarin mo na sila. You can't have me 'til the end."

Commandment Number 5

"Patawarin ko sila." Iyan ang commandment number five ni Daven.

Maybe I should really start being nice to Cathy and Ryan again. Maybe I should stop holding grudge against them. Siguro tama si Daven. Siguro sumobra nga ako.

But that's not the only thing that bothers me. Daven's words. He sounded like he's giving up, but its not like he wanted to stop our fake relationship.

"Ma...? Pa...?" tawag ko sa mga magulang ko. Wala kasi sila sa sala at paalis na ako. Sunday kasi ngayon kaya kailangan kong pumunta sa school. "Ma...--"

"Ano bang sinisigaw mo d'yan ha?" sigaw din ni mama pabalik. Nakasuot siya ng gloves at may bitbit na asarol at flower vase. "Gusto mo pabang sumuso?"

"Si mama naman eh, magpapaalam lang naman po ako. Pupunta po ako sa achool ngayon dahil magakakaroon kami ng preparation para bukas."

"Ayan lang pala sasabihin, makasigaw ka naman parang nasa kabilang isla kami," satsat ni mama. Saka bumalik sa labas. Sumunod naman ako sa kaniya sa paglabas.

"Nasaan po si papa? Day off niya po ngayon diba?"

"Ayon, maaga umalis. May pinapabili ako," sagot ni mama habang buhat-buhat iyong halaman.

"Pakisabi nalang po kay papa na umalis ako ha?"

"Oh, ingat ka."

"Opo ma, babye."

Mahirap na kasi kapag hindi ako nakapagpaalam, lalo na kay papa. Kung ano-ano na pinag-iisip sa'kin.

Pagdating ko sa school, nadatnan ko si Ivan sa gate. "Clara babe," kumaway siya sa akin na nakangiti.

Sinamaan ko siya ng tingin. "Anong Clara babe?"

"Endearment niyo."

"Pati ba naman 'yan sinabi niya sayo?"

"Nope. Narinig ko lang sa inyo." Tsismoso rin itong taong 'to.

Sabay na kaming pumasok sa loob. Kami pa ang unang dumating sa club namin pero iyong ibang clubs, nagsisgimula na mag prepare. Ilang sandali pa ay sumunod na dumaing iyong iba kaya maaga naming nasimulan ang preparation kaya hindi kami natagalan.

Nagtipon muna kami sa studio. "That's it for today, guys," wika ni ivan. "Thank you for the cooperation and help. And, good luck for us tomorrow," dagdag niya.

Kaming apat na anchor ang magpapalit-palit on air bukas. Ako, si Lisa, si ivan at si Ria. Nakadepende na sa oras kung ilang confession ang mababasa namin namin, at ang special confession ay si Ivan ang babasa. Magkakaroon din kami ng live stream sa youtube upang makakuha kami ng comments mula sa mga nakikinig.

Nagsilabasan na ang iba naming mga kasamahan at kami na lamang ni Ivan ang nasa loob. Sinadya kong huwag na muna umalis dahil may gusto pa akong itannong sa kaniya.

"May tanong kapa ba?" tanong niya sa akin habang inaayos ang mga natirang gamit sa mesa.

"Wala naman, sabay nalang tayong umuwi." Tumayo ako, natapos na rin naman siya sa ginagawa.

"Sure." Ngumiti siya at sabay kaming lumabas ng studio.

"Kamusta si Daven?" pangangamusta ko habang naglalakad kami.

"Akala ko ba ayaw mo sa pag-uugali niya? Bat ngayon nangangamusta ka?" sarkastikong niyang tanong habang nasa unahan pa rin ang tingin.

"Nangangamusta lang naman, masama ba?" Pero tinawanan niya lang ako.

"You guys were like cats and dogs dati and now you're being concerned with each other. Anyway, Daven is good." Totoo naman sigurong ayaw na ayaw ko pag-uugali ni Daven noon. Naiinis kasi ako kayabangan niya.

"May sinabi kasi siya na hindi ko maintindihan." Iniisip ko iyong sinabi niya doon sa gym.

"Hayaan mo na. Ganiyan pinsan ko minsan, umaabot sa outer space ang utak."

"Am I asking him too much? I mean, is there any deep reason why gusto niya tumigil sa pagpapanggap?" Iyan kasi ang naisip ko. I know he hated me too, the way I hated his personality, but I can't think of that as enough reason for him to say those words, sincerely.

Huminto sa paglalakad si Ivan at humarap sa akin. "He has his reasons bakit niya sinabi iyon and its not like he didn't want to do you a favor. In fact, he has changed," aniya ni Ivan kaya natahimik ako. "Don't overthink, Clara. You'll ended up clinging on him."

Kinabukasan, maaga akong pumunta sa school dahil kami sa broadcasting club ang in charge sa opening. Nakahanda na ang aming mga gamit. Handa na rin ang mga speaker na nagkalat sa campus. Na check na din kahapon ang mga speaker sa bawat classroom.

Ang SSG president na ang nagbigay opening remarks, kagaya ng nakasanayan. Si Ria, isa sa aming mga anchor ang nagbigay ng terms and policies tapos ako ang nagbigay ng list of all activities. Kasama na roon ang mga activity ng ibang clubs and volunteered sections.

Sa umaga nagkaroon ng blinddate sponosred by grade 10 sections A and B. May live band performance rin ang glee club. Random giving of artworks naman sa arts and design club. Marami pang activities ang naganap habang on standby kaming nasa brodcasting club. Wala muna kaming ambag kundi music at shout out sa buong campus.

12:30 pm, after lunch, sinimulan namin ang programang valentine confession, ang pinaka-aabangan ng lahat. Ako ang nag-umpisa sa programa.

Una kong binasa ang estoyra na pinadala ng isang estudyante mula grade 11. Pinamagatan niya ang kaniyang kuwento na "Almost a love story."

Sumunod sa akin si Ria, tapos si Lisa at si Ivan. Mataas pa oras kaya tatlong beses pa kami nag pabalik-balik. Tumataas naman nang tumataas ang views namin sa Youtube.

Para sa panghuli, si Ivan na ang bumasa sa confession of the year, ang special confession.

"Have your ears on me, Don Mannuel Academy students, for I'm gonna read our confession of the year," panimula niya. "But before that, I would like to extend my acknowledgement for bearing with us today, for making this event, this day rather, a successful and memorable valentine."

"Wahh, ang taas ng views," reaction ni Rose, member din ng club na in charge sa live streaming. Hindi naman nakakapgtataka, dahil si Ivan ng on air.

"Sent by his codename Dave, from grade 12. Confession in titled "Got her by now, lose her a month later." Ngumiti muna sa Ivan sa akin bago sinimulang basahin ang kuwento.

"I met her 10 years ago, when I was 8 years old. She was a lovely child who always wants to play. So I asked my mom to put a playground at home so that whenever she comes, we have a place to have fun. One day she asked me, "Why adults can kiss but children cannot?" so I answered, "Because they were adults, and we are children." And she made a promise, "I will kiss you when I grow up."

We parted unexpectedly because I moved to US. I came back 8 years later. I recognized her, but she did not remember me anymore."

Nakatuon ang aking atensyon sa kuwento sapagkat parang pamilyar sa akin ang pangyayari, o sadyang nagkataon lang. Wala naman akong matandaan.

"Guess what? She hates my personality. But I like it, the way she hates me. I like being someone she hates for I'm getting her attention. But now, I don't need to become someone she hates just to put her attention on me. I have her now, clinging on me."

Habang nakikinig kay Ivan, kakaiba ang aking nararamdaman. Para bang parte ako ng estorya.

"She may not remember me. She may not remember her promise, but at least I have her by my side. Even though I know that this is just a passing moment. A passing moment that will be my final moment."

Commandment Number 6

The last line of the story received different comments from the audience. Sino ba naman hindi magrereact eh 'yong pananalita parang namamaalam na sa mundo. Batchmate ko pa talaga.

Buong araw ng lunes, naging abala kami sa pag-aasikaso ng mga gawain kaya nang makauwi ako sa bahay, nananakit ang likod ko.

"Oh, napano ka?" tanong ni mama nang makapasok ako sa kusina. Nagpaliyad-liyad kasi ako.

"Masakit po likod ko," sagot ko tapos umupo na para kumain.

"Bakit? Ano ginawa mo sa likod mo?" tanong naman ni papa na kumakain ng saging.

"Wala po, pa. Busy po kasi kami sa school."

"Hay naku, kahit kailan talaga pinupwersa mo sarili mo. Hindi mo naman kailangan maging matalino, ang importante lang anak, natuto ka." Ito na naman si mama sa palagi niyang pinagsasabi.

"Hindi naman po ako nagpapakatalino, ma. Responsibilidad ko 'yon."

"Oo na, kumain kana. Nagluto ako paborito mo."

Pero sa totoo lang, masaya ako dahil hindi ako pinupwersa nina mama at papa na magpakagaling sa school. Kusa lang akong nagsikap mag-aral. Gustso ko rin maging katulad ni papa na lawyer.

Kinabukasan, napaaga ako ng gising kaya maaga ako pumasok sa school. Nakatagpo ko sa gate sina Cathy at Ryan. Ngumiti si Cathy sa akin at kumaway. As usual, magkahawak sila ng kamay.

Papasok na sana ako at hindi na muna sila papansinin ngunit naalala ko iyong sinabi ni Daven last week. Siguro nga sisimulan ko na ngayong araw. Wala naman akong rason para magalit pa sa kanila.

Kumaway at ngumiti rin ako kay Cathy. Sabay silang naglakad papalapit sa akin. "Oh, nakangiti ka?" wika ni Cathy.

Humingi ako ng pakikipagkamay kay Cathy. Nagtataka naman siyang inabot ang kamay ko. "Paara saan naman 'to?" tanong niya.

"Alam mo na, dumistansya ako kaunti sa inyo simula nang maging kayo ni Ryan." Lumingon din ako kay Ryan. "Wala akong rason sa ginawa ko at hindi ko talaga dapat ginawa iyon. Let's be friends again."

"Ano ba? Di naman naputol pagkakaibigan natin ah?" aniya ni Cathy.

Bumitaw ako sa pakikipagkamay kay Cathy at kamay naman ni Ryan ang hiningi. "Let's be friends, from now on." Ngiti ko.

Magically, I didn't feel the awkwardness habang nakikipagbati sa kanila, lalo na kay Ryan.

Sabay na kaming tatlong pumasok. Pagdating namin sa classroom, hindi ko pa nakita si Daven, at ang dumating siya, tahimik lamang siyang umupo sa tabi ko. Hindi man lang kahit tumingin sa akin. Nagsimula na ang klase hanggang sa matapos, hindi man lang niya nagawang imikin ako.

Nang mag break time, si Cathy dumiretso sa classroom ni Ryan. Ako naman Sinundan si Daven sa hallway naglalakad. Sinubukan ko siyang tawagin pero parang hindi niya ako narinig. Kaya naman pinalo ko nalang balikat niya.

"Ahhh," daing niya at tumingin sa akin. "Ano ba?" hinawakan niya iyong balikat na pinalo ko.

"Bakit kana naman hindi namamansin?" tanong ko.

"Ano?" tinanggal niya ang earpiece niya kaya natigilan ako. "Anong problema mo ha?" sumbat niya.

"Kanina pa kita tinatawag eh hindi ka naman namamansin, akala ko iniiwasan mo'ko."

Inilagay niya sa kaniyang bulsa iyong earpiece niya saka naglolokong ngumiti. "Bakit? Namiss mo ba ako?" pang-aasar niyang tanong.

"Hakdog. Sino kaba para ma miss ko?"

Lumapad pa ang kaniyang ngiti saka ay umakbay lamang bigla sa akin. "'Yong fake boyfriend mo siguro." Humakbang siya kaya sumabay din ako sa kaniyang paghakbang. Hanggang sa makarating kami sa canteen.

Nakita ko doon siya Cathy at Ryan na may vacant seat pa sa tapat nila. "Doon tayo kina Cathy." Tinuro ko iyong gawi nila.

Lumingon naman siya sa akin na nagtataka. "Ano? Bakit?"

"You're really being nice to them huh?" tanong niya.

"Naaayon sa iyong kautusan, kamahalan," biro ko at nag semi-bow sa kaniya.

This was the day when I think everything started to change. My relationship with Cathy and Ryan get's better. Meanwhile, my relationship with Daven get's deeper.

Ivan told me about the changes between Daven and I, at pansin ko rin iyon. Simula nang nagpanggap kaming in a relationship, wala na kaming bargaduhan sa classroom. Pansin ko ang pagbabago ng pakikitungo niya sa akin. Kung dati ay sobrang rude niya sa'kin at sa lahat, ngayon he's being nice. He's acting as if we're indeed in a relationship.

Nag-absent siya kahapon. Tinanong ko si Ivan kung bakit tapos sabi niya masama lang daw pakiramdam ni Daven. Sinubukan ko siyang tawagan pero hindi siya sumasagot. Hindi rin siya nagrereply sa mga messages ko. Kinakabahan ako bakit hindi man lang siya nagrereply.

Kaya ngayon, inaabangan ko siya sa gate. May driver 'yon at alam ko plate number ng sasakyan nila. Pero nagulat na lamang ako nang dumating siya kasama ang lolo niya, ang dean ng school.

Lumapit ako doon sa umpukan ng mga estudyante nang maglakad sila papasok. Nakasunod sa kanila iyong sasakyan nila para ipark sa loob. Sinusundan ko lang sila ng tingin.

Lumiko na iyong sasakyan pakaliwa papuntang parking lot. Sina dean at Daven naman ay biglang huminto sa paglakad. Iyong mga body guard na nakasunod kay dean huminto rin. Iyong atensyon ng mga estudyante sa paligid ay nasa kanila.

Nagbulungan ang dalawa kaya naman nagtaka ako. Iyong mga estudyante sa paligid, pinag-uusapan ay si Daven. Minsan pa naririnig ko pangalan ko.

Nagpatuloy sa paglalakad si dean pero si Daven naiwan sa kaniyang kinatatayuan. Ilang sandali pa ay humarap siya sa akin. Natigilan agad ako.

Habang naglalakad siya papalapit sa akin, ramdam ko ang kakaibang bilis ngb tibok ng aking puso. Parang bumamabagal ang kaniyang galaw. Siya lamang ang aking nakikita sa pagkakataong ito.

"Alam kong gwapo ako pero hindi mo kailangang matulala nang ganiyan."

Napakurap-kurap ako nang makabalik ako sa aking katinuan. "H-uh?"

Nginitian lamang ako ni Daven na nasa harap ko na pala. Mukhang lalo siyang gumwapo ngayon ah.

"Teka," ani ko at inusisa ang ulo niya. "Nawala kalang isang araw, nagbago na gupit mo." Kaya naman pala ako parang nanibago sa kaniyang hitsura. Bumagay kasi sa kaniya ang gupit niya kaya lumitaw kaniyang pagkamagandang lalaki.

"Ano? Bagay ba sakin, Clara babe?" sinamaan ko siya ng tingin nang tawagin niya naman ako ng ganiyan.

"Nauntog bayang ulo mo? Iba yata pakikitungo mo ngayon ah?" Pinagcross ko ang aking braso sa aking dibdib.

"Mamaya ko na sasabihin kung oo o hindi, pumasok muna tayo dahil may mga tigreng kanina ka pa gustong balatan," mahina niyang saad upang hindi marinig ng mga nasa paligid.

Lumingon ako sa paligid at nakitang may mga estudyanteng nakapaligid sa amin. May nga nakangiti na parang kinikilig at may ibang mga babae ring masama ang tingin sa akin.

Napangiti ako at ibinalik ang tingin kay Daven. Kinuha ko ang kaniyang kamay at saka hinila siya. Sabay kaming naglakad sa hallway na magkahawak kamay. I once said, I will count how many will get jealous, but I guess, cannot count them all right now.

"May kailangan kapang sabihin sa'kin," ani ko habang naglalakad kami.

"Sa pagkakaalam ko wala."

"Gusto mo isa-isahin ko?" Humarap ako sa kaniya. "Una, bakit ka absent kahapon? Pangalawa, bakit hindi mo sinabi sa aking absent ka? Pangatlo, bakit hindi ka sumasagot sa tawag ko? Pang-apat…" natigilan ako sa pagsasalita dahil hindi ko nab alam ano pa sasabihin ko. "Tatlo lang pala."

Naiinis ako sa kaniya ngayon pero tinawanan niya lang ako. "Anong nakakatawa?" Tinaasan ko siya ng kilay.

"Wala, male-late na tayo." Wala siyang sinagot sa kahit isang tanong ko bagkus ay hinila niya ako. Sakto namang pagdating namin sa classroom ay siya ring pagdating ni sir Gerard.

Nasanay na kaming buong araw kaming magkasama, mula sa pagpasok sa classroom hanggang dismissal. Sabay kaming kumakain at sabay kaming gumagawa ng assignments sa library. Minsan nalang din kami sumasabay sa kanila ni Cathy at Ryan. May sarili na kaming mundo. Hindi ko alam kung ano ba talaga ang status ng relationship namin ni Daven sa ngayon pero sa totoo lang, nasanay ako sa presensya niya. Pangatlong linggo na ngayon ng aming kontrata, ibig sabihin matatapos na ito sa susunod na linggo.

Naglalakad ako papuntang studio nang makasalubong ko ang isang binatilyo. "Clara?" aniya sa akin. Nagulat ako sa pagtawag niya sa akin sa aking pangalan. Pang junior high palang ng suot niyang uniform. At batang-bata pa siya kung tingnan.

"Hmm? Kilala mo'ko?"

Malapad naman siyang ngumiti. "Ah, oo. Kilalang kilala kita. Follower mo ako sa lahat ng social media account mo." Tumango-tango lang ako. "Ang totoo kasi niyan…" 'Yumuko siya na parang nahihiya.

"Anong totoo?"

"Ano, ahh… crush kasi kita," aniya na nakayuko pa rin. Parang nahihiya siyang tumingin sa akin. Hindi ko alam ano irereact ko pero napangiti na lamang ako.

Humakbang ako papalapit sa kaniya. "Anong grade kana?"

"Grade 7 na." Hindi niya pa rin magawang tumingin sa akin. Ang batang ito talaga.

"Oh, ganoon ba? Alam mo ba kung ano ang dapat mong gawin?" tanong ko sa kaniya. Ngayon ay nagtaas ng siya ng tingin.

"Ano?"

Tumuwid ako ng tayo. "Matuto kang gumamit ng salitang po at opo. At matuto ka ring tumawag ng ate o kuya sa mga seniors mo ha? Grade 7 kapa naman bata. Baka paglaki mo ma crushback na kita," panguuto ko sa kaniya.

"Talaga?" lumiwanag naman ang kaniyang hitsura.

"'Yon ay kung tatawagin mo na akong ate, at gagamit kana ng salitang po at opo," pagbibigay kondisyon ko.

Lumapad ang kaniyang ngiti. "Masusunod, Clara. Tawatawagin na kitang-" tinaasan ko siya ng kilay kaya napatigil siya sa pagsasalita. "Masusunod po, ate Clara. Pag-aaralan ko pong gumamit ng po at opo."

Ngumiti ako sa kaniya. "Good. Sige na mag-aral kana nang mabuti."

"Sige po. Bye, Clara- este, ate, Clara."

Ngumiti ako sa kaniya at kumaway hanggang sa makaalis na siya. Ang batang 'yon talaga. Paniguardo kapag naging binata 'yon, gwapo 'yon.

"Number six." Halos lumipad ang kaluluwa ko nang biglang magsalita si Daven sa likuran ko.

"Ano ba? Ba't ka nanggugulat?" sumbat ko.

"Commandment number six, huwag kang ngumiti sa ibang lalaki."

Commandment Number 7

Nagising ako dahil sa ingay ng katok ni mama sa pinto ng kuwarto ko. "Hoy ano ba, Clara papasok kaba o hindi?" sigaw niya.

Inaatok pa ako pero pinipilit ko ang sarili kong bumangon. "Ito na nga po maliligo na," ani ko habang naglalakad papasok sa banyo dala-dala 'yong kumot.

Pagkatapos kong maligo, bumaba na ako. Nasa kusina na sina mama at papa, kumakain. Nakabihis na sila para sa trabaho. Elementary school principal si mama tapos lawyer naman si papa. Simple lang naman buhay naming tatlo. Hindi kami naghihirap at hindi rin kami mayaman.

Nagsimula na akong kumain nang magsalita si papa. "Nga pala, hon naalala mo iyong si Dino Arogante? Iyong client ko noon?" tanong ni papa kay mama. Pero pati ako napunta ang atensyon sa kaniya dahil sa binanggit niyang apilyedo.

"Oo, iyong anak ni Chairman Manuel na nagkagulo dahil sa property share nila. Naalala ko pa bakit?" sagot at tanong naman ni mama.

"I saw him yesterday. Galing pa sila America. 10 years na din pala silang nandoon," wika naman ni papa.

"Sandali, tinutukoy niyo po ba iyong anak ni dean Mannuel?" sabat ko sa usapan.

"Oo nga, iyong daddy ng kalaro mo noon, sino nga 'yon? Dave?" sagot ni mama.

Naalala ko na iyong may playground sa bahay nila. Pinagawa ni Dave para may mapaglalaroan kaming dalawa. Madalas kasi ako doon dahil sumasama ako kay papa sa trabaho.

"Hindi mo ba naaalala?" pahabol na tanong ni mama.

"Naalala ko na po. Si Dave, 'yong may kambal na may sakit sa puso, si Devine." Kaya nga sa akin nakikipaglaro si Dave kasi hindi siya makakapaglaro sa kapatid niyang may sakit.

"Paanong hindi mo maalala eh classmate mo naman ngayon si Dave." Lumingon ako kay papa nang sabihin niya iyon.

"Po?"

"Si Daven Arogante, anak ni Dino, apo ni chairman Mannuel," wika ni papa na nagpanganga sa akin.

"Po? S-si Daven? At si Dave ay-" napatigil ako sa pagsasalita nang mapagtanto ko.

Nakilala ko si Daven sa pangalang Dave dahil iyan ang nickname sa kaniya ng pamilya niya. Siya 'yong nagpagawa ng playground sa bahay nila dati para may mapaglalaroan kami. Siya 'yong pinakapaboritong apo ng lolo niya. Siya 'yong sinabihan ko noon na hahalikan ko paglaki ko. Ibig sabihin, siya 'yong nagpadala ng kuwento na binasa ni Ivan noong Valentines.

Nabitawan ko ang hawak kong kutsara dahil sa mga napagtanto ko. "Bakit? May problema ba?" tanong ni mama.

Ang sagot ay oo, pero hindi ko nag-abalang sumagot. Tumakbo agad ako palabas ng bahay. Bumalik ulit ako sa loob nang maiwan ko ang aking bag. Kinuha ko ito at saka tumakbo ulit.

"Hoy Clara, saan ka papunta? " dinig ko ang sigaw ni mama pero nagpatuloy lang ako sa pagtakbo. Hindi ko akalaing nakalimutan ko siya. Hindi ko akalaing hindi ko siya nakilala. Kaya pala pamilyar sa akin iyong kuwentong binasa ni Ivan. Kaya pala sa tuwing nagkakatinginan kami ni Daven sa mata, pamilyar siya.

Ang tanga ko. Nakalimutan ko siya.

Pagdating ko sa school, nakita kong kaaalis palang ng sasakyan na tagahatid kay Daven kaya alam kong kapapasok palang niya. Tumakbo na naman agad ako papasok. Tama nga, kapapasok palang ni Daven kaya nahagip agad siya ng mata ko.

Ngumiti ako. "Dave," sigaw ko. Finally, naalala rin kita.

Napatigil siya sa paghakbang. Unti-unti siyang hurarap sa akin. Bakas sa kaniyang mukha ang pagtataka habang nakatitig.

Hinihingal ako pero nagagawa kong ngumiti. Hindi ko napigilan ang sarili ko kaya tinakbo ko ang pagitan namin at niyakap siya nang mahigpit. "Bakit hindi mo sinabi sa akin agad? Ikaw si Dave diba?" Kumalas ako sa pagkayakap at tumingin muli sa kaniyang mata. "Anak ni tito Dino at tita Martha." Nagpakurap-kurap pa rin siya, halatang hindi makapaniwala sa pinagsasabi ko. "At ikaw 'yong nagpadala ng confession noong valentine's."

Hindi siya sumasagot. Nakatitig lang siya sa akin habang niyu-yugyog ko ang kaniyang balikat. "Ikaw 'yon diba? Bakit hindi ka nagpakilala? Bakit hindi mo sinabi sa'kin kaagad-" naputol ako sa pagsasalita nang yakapin niya ako.

"Ang bilis mo kasing makalimot." Humigpit ang pagkayakap niya sa akin. Hindi na lamang ako nagsalita pa at yumakap rin sa kaniya pabalik. Hindi ko akalaing nakalimutan ko si Dave at mas lalong hindi ko akalaing si Dave at si Daven ay iisa.

"Ehem, ehem." Nanlaki ang mga mata ko nang makita kong nakatingin sa amin iyong mga magulang niya. Agad akong kumalas sa pagkayakap at inayos ang sarili.

"G-ood morning po," nahihiya kong bati. Nakayuko ako kasi iyong mata ng ama ni Daven parang binabalatan ako.

"Mom, dad, why are you still there?" tanong ni Daven sa kanila.

"W-e were about to get in when this young girl shouted your name," aniya ng ina ni Daven na nakatingin sa akin. "And wait, how did you know us?" pahabol niyang tanong sa akin.

Pormal naman akong humarap sa kanila at bumati muli. "Magandang araw po. Ako po si Clara Mae, anak ni attorny Abella," pagpapakilala ko sa sarili.

"Oh, you were that girl?" nakangiting tanong ni tita Martha habang papalapit sa akin. Siguro ay naalala niya ako. "I didn't recognize you, you grew up so stunning." Ako naman ang nahiya sa sarili ko dahil sa papuri niya.

Bigla na lamang nag bell. Hudyat na simula na ng klase kaya naman nagtakbuhan na paalis ang mga estudyanteng nakitsismis sa amin. Nagkatinginan din kami ni Daven at sabay kaming ngumiti.

"We're getting late," aniya.

"I guess."

Bigla na lamang hinawakan ang kamay ko. "Bye, mom. Bye, dad," pagpapaalam niya sa mga magulang niya kasabay ang paghila sa aking kamay at sabay kaming tumakbo.

"Bye po tito, tita." Sumigaw nalang din ako.

Magkahawak kamay kaming tumatakbo habang nakangiti na para bang hindi kami late sa klase. Habang tumatak bo, unti-unting bumabalik sa akin isipan iyong mga araw namin dati. Ganito kami kasaya habang tumatakbo at naghahabulan.

Pagdating namin sa classroom, lahat sila na nasa loob ay tumingin sa amin. Pati na si sir Gerard na nasa harap na, may sinusulat sa board. Nawala ang ngiti ko habang nakaharap sa kanila.

Tumingin ako kay Daven, sabay na naman kaming ngumiti sa isa't isa na parang natutuwa kami sa pagkalate. "Magandang umaga po," bati namin kay sir Gerard. Bumitaw na ako sa pagkahawak sa kaniyang kamay at naglakad na papalapit sa desk ko. Nagpatuloy naman sa diskusyon si sir Gerard.

Nang mag break time, dumiretso kami sa library dahil may assignment kami. Pinagmamsdan ko siya habang nagsusulat. Siya nga si Dave na may dalawang maliliit na nunal sa noo. Naalala ko noong una kong nakita ang nunal niya, akala ko dumi lang pero ayaw makuha.

Tinawag niya pa akong bobo noon kasi dami-dami ko daw'ng hindi alam.

"Did you miss me that much?" tanong niya saka tumingin sa akin. Agad akong nag-iwas ng tingin. "Malapit na akong matunaw dito."

Umirap lang ako. "Naalala ko lang talaga mga araw dati na muntik ko na makalimutan."

"Sana nga hindi mo nalang naalala," bulong niya na narinig ko naman. Tumitig muli ako sa kaniya na ngayon ay bumalik sa pagsusulat.

"An' sabi mo?"

"Wala." Biglang naging seryuso ang atmosphere. Binalot kami ng katahimikan sandali dahil hindi na nya sinunda pa iyong sinasabi niya. Naging iba din ang nararamdaman ko sa pinapahiwatig niya.

"You still have a to explain. May mga tanong pa ako kung bakit, Dave." Gusto ko lang pag-usapan kung bakit hindi niya pinaalala sa'kin na siya pala si Dave na kilala ko.

Binaba niya ang ballpen niya at saka nag-angat ng tingin. Seryuso niya akong tinignan sa mga mata.

"Commandment number seven, do not be curious. I'm afraid of telling you something."

Commandment Number 8

Gusto kong magtanong ng, 'Bakit? May tinatago kaba sa'kin?' pero pinigilan ko nalang ang aking sarili. He didn't sound like he will asnwer.

At parang bigla niya akong iniiwasan. Gusto kong mangulit sa kaniya at magtanong pero parang wala siya sa mood.

Kanina, niyaya ko siyang sumabay kumain sa amin ni Cathy pero ang sagot niya, pupuntahan daw niya lolo niya.

Niyaya ko rin siya kanina sa library para sabay kami gumawa ng report pero may excuse na naman siya. Kakausapin niya na naman daw parents niya.

Hindi ko na lamang siya pinansin pa. Baka may dahilan siya kung bakit ganoon siya umakto. Gusto ko lang naman magtanong sa kaniya. Sigurado akong siya iyong nagpadala ng confession noong valentines. Gusto ko sanang linawin ang tungkol doon pero parang wala pa ang tamang timing para magtanong.

Ngunit hindi ko napigilan ang sarili ko kaya nang makita ko si Ivan na papasok sa studio, naisipan kong sa kaniya magtanong.

"Hi, Clara," ngiti niya sa akin nang makapasok ako.

"Hi." Umupo ako.

Tumitig siya sa akin na nagtataka. Nilagay niya muna sa mesa iyong papel na hawak niya saka lumapit sa akin. "What's with the long face?" tanong niya.

Bumuntong hiningaa muna ako. "Napa'no na naman ba 'yong pinsan mo? " diretso kong tanong sa kaniya. "Iniiwasan niya ba ako ulit? O iniiwasan niyang magtanong ako tungkol sa amin?"

Simula kahapon, hindi ko na siya nakakausap nang matino.

"Bakit? May problema na naman ba sa relasyon niyo?"

"Hindi naman sa gano'n I mean parang wala naman—teka." Natigilan ako sa pagsasalita nang may naisip ako. Tumingin ako kay Ivan. "May alam kaba tungkol sa'kin? Alam mong childhood friend kami ni Daven diba?"

Tumuwid siya ng tayo saka ay ipinasok sa kanyang magkabilang bulsa ang kaniyang dalawang kamay. "Naalala mo na pala? Yes alam kong magkakilala na kayo ni Dave noon pa. I saw you there once."

Napatayo ako ta humarap sa kaniya. "Then, bakit hindi mo rin sinabi sa akin o kahit man lang pinaalala? I mean, hindi mo nga rin nabanggit," pagtataka kong wika.

"I actually, didn't recognize you myself since isang beses lang kita nakita at bata kapa noon. Daven just told me, noong dumating siya rito 2 years ago," explanasyon niya.

"Then about the confession, it was him right?" dagdag kong tanong na nagpaiba ng ekspresyon sa mukha ni Ivan. "May alam ka rin doon? Alam mo rin iyong tungkol sa mga huling katagang binitawan niya?"

Tahimik lamang si Ivan habang nakatingin sa akin. Ilang sandali pa ay bumuntong hininga siya at nagsalita. "Alam mo Clara, hindi dapat ako ang tinatanong mo," aniya habang nagsimulang nagpalakad-lakad sa harap ko. "You should talk to Dave. It's up to him if he'll tell you someyhing about it." Pinulot niya ulit iyong papel na inilagay niya sa mesa kanina saka naglakad papalapit sa pinto.

"May tinatago ba kayo sa'kin?" Hindi ko mapigilang magtanong.

Humarap muna siya akin. "Kung ako ang tinatanong mo, wala akong tinatago sayo Clara. Pero tanungin mo mismo si Daven, baka magkaiba kami ng sagot." Iyan lamang ang huli niyang mga salita bago lumabas ng studio.

Nagkaroon kami ng meeting nang hapong iyon, tungkol sa junior at senior's ball na na move sa march dahil sa ilang mga dahilan. Nang mag dismissal, sinubukan kong abangan si Daven sa gate pero hindi ko siya natanaw kaya umuwi na lamang ako.

"Ma, pa, nandito na po ako," ani ko nang makarating ako sa bahay.

"Oh, andyan kana pala." Kakababa palang ni mama ng hagdan. Nakabihis siya na animoy may lakad. "Mag-ayos ka na bilis, may pupuntahan tayo," aniya.

"Saan po?"

"Huwag na magtanong. Bilisan mo na at baka mahuli tayo."

Hindi ako sigurado kung saan kami papunta pero umaakyat na lamang ako upang magbihis. Sinuot ko ang putting off shoulder dress ko at nagpalit ako ng earings, iyong bumagay sa damit ko. Naka flat na sandals lang ako dahil hindi naman ako sanay sa may heels.

Nang makababa ako, nandoon na sa sala sina mama at papa halatang hinihintay ako. "Wow, ganda ng baby ko ah," puri ni mama sa akin.

"Nagmana po kasi ako kay papa, ma," biro ko kay mama na siyang kinasimangot niya. Ngumiti naman si papa sa akin.

"Anak nga kita." Nag apir kami ni papa.

"Saan po ba punta natin pa?" tanong ko nang nasa biyahe kami.

"May dinner invitation sina Mr. and Mrs. Arogante," sagot ni papa na siyang kinagulat ko.

"Po? Iyong mga magulang po ni Daven?"

"Including Daven, family dinner kumbaga." Si mama naman ang sumabat.

"Po?"

"Oo nga, ba't ba gulat na gulat ka? Nakapunta kana sa kanila noon pa," dagdag pa ni mama.

"Ah, eh wala naman po. Ang aga naman po yata. 5:30 pm pa ma oh," ani ko.

"May dadaanan pa kasi akong kliyente, anak. Pagkatapos ay didiretso na tayo doon sa kanila," sagot naman ni papa. Tumango lamang ako.

Dumaan pa si papa sa isang hotel. Mga isang oras din ang tinagal nila ni mama sa loob. Ako naman natira mag-isa dito sa sasakyan. Inaantok na ako kahihintay sa kanila.

Nang makabalik sila, dumiretso na kami sa bahay nina Daven. Iinilibot ko agad ang aking paningin sa labas ng bahay nang makababa ako ng sasakyan. Mahigit isang dekada na simula noong huling punta ko dito pero wala paring pinagbago. Naroon parin iyong mga malalaking puno sa kanilang bakuran at naroon pa rin ang playground kung saan kami naglalaro ni Daven noon.

Napangiti ako nang wala sa oras.

"It's nice to see you here again, Mrs. Abella."

"It's my pleasure to be here again, Mrs. Arogante."

Napabalik ang tingin ko kay mama nang magbeso-beso sila ni tita Martha. Sina papa at tito Dino naman ay nagkamayan. Nanonood lang ako sa kanilang nagkakamustahan.

"Oh, hello dear," aniya ng ina ni Daven nang makita niya ako.

"Hi po, tita. Hi po, tito," bati ko sa kanilang dalawa ng asawa niya.

Malapad na ngumiti si tita Matha habang papalapit sa akin. "Ang laki mo na at ang ganda mong pagkadalaga, " puri niya naman ulit sa akin. Ngumiti lamang ako at nagmano sa kanila.

Nang makapasok kami sa loob, nandoon na si Daven nakaupo. Lumingon siya sa gawi namin at pinako ang tingin sa akin.

"Son, your tito Giger and tita Medilyn are here," wika ni tita Martha.

Tumayo naman si Daven at binati sina mama. "Good evening po tita, tito." Nagmano pa siya.

Nang matapos ang batian, umupo na kami. Katapat ko si Daven. Katabi ko si mama na katapat naman niya si tita martha. Magkatapat naman sina papa at tito Dino.

"It took us 10 years to unite again. It is my honor to serve you here tonight and carry forward the friendship we build long time ago," may kagalakang wika ni tito Dino.

"It is a pleasure to be invited by you again, Mr. Arogante. It has been a long time," saad naman ni papa.

Nagsimula na kaming kumain at nagpatuloy naman sila sa pag-uusap. Habang kami ni Daven ay tahimik. Hanggang sa magtanong si tita martha. "Why are you guys so quite?" nakatingin siya sa amin ni Daven.

Nagkatinginan muna kami ni Daven.

"Wala naman po, tita."

"You didn't ask something, mom."

Nagkasabay kami sa pagsasalita ni Daven. Lahat naman sila nasa amin ang tingin.

"I mean the last time I saw you together, you were like a newlywed couple-"

"Lover's quarrel, darling. Maybe they're in a fight," sabat ni tito Dino kaya natigilan si tita Martha at tumango-tango na lamang.

"Is there something I didn't know here?" napalingon ako kay mama nang magtanong siya. Silang dalawa ni papa ay masamang nakatingin sa akin.

"Ah, ma..." Hindi ko alam kung ano ang sasabihin. Ang totoo niyan kasi, walang alam sina mama tungkol sa amin ni Daven.

"Do you have something to admit, Clara?" tanong naman ni papa.

Napakagat labi ako. Hindi alam kung paano aminin o kung ano ang aaminin ko.

"Teka. Carla, don't tell me your parents didn't know?" tanong ni tita martha sa akin. Lumingo-lingo naman ako. Sina mama at papa nasa akin pa rin ang tingin. Si Daven naman ay bahagyang tumawa.

At dahil ang alam ng parents ni Daven ay totoong girlfriend niya ako, iyan din ang nalaman nina mama at papa. Wala sa usapan ang pekeng relasyon namin.

Tapos na kaming kumain pero nagpatuloy lamang ang mga magulang namin kaya naman lumabas kaming dalawa ni Daven. Dinala kami ng aming mga paa doon sa playground namin noon.

Umupo kami sa may bench sa gilid at binalot ng katahimikan. Hindi kasi siya nagsasalita. Marami akong gustong sabihin pero hindi ko alam kung saan magsisimula. Pero naisip kong simulan sa paghingi ng tawad.

"Sorry," bigla kong wika. Pansin ko ang pagtingin niya sa akin pero nanatili lamang sa baba ang aking tingin.

"For what?"

"For not recognizing you sooner," dagdag ko. "Nakalimutan kita."

Ilang sandali pa bago siya nagsalita. "I should be the one to apologize. I did it for a reason." Lumingon ako sa kaniya. "Naisip ko lang na mas makabubuti na kung makalimutan mo nalang ako at 'yong pangako mo," aniya na nasa langit ang tingin.

"Then why did you sent the confession? Why did you try to remind me?"

"I don't know either. Why did I sent it? Probably hoping that you will remember your promise, but silly you. Hindi mo man lang naalala agad." Ngumiti siya nang mapait habang nanatiling nasa mga bituin ang tingin.

"I just remember Dave, I never thought it was you. Hindi ko naman kasi inisip na ikaw 'yon dahil sa huli mong sinabi sa confession. You didn't mean anything, right?" lumingon siya sa akin at pilit na ngumiti.

"Can we just talk about us tonight? It's my commandment number eight."

Gusto ko mang makuha ang sagot sa tanong ko pero gusto ko rin munang pag-usapan muna ang tungkol sa amin ngayon.

"Then, hayaan mo muna akong tuparin ang pangako ko."

Ngumiti ako at agad siyang hinalikan. Pumikit ako nang magdampi ang aming labi.

"As I promised."

Commandment Number 9

"Commandment number nine, let's date, for real."

Ngayon, hindi na namin kailangan pang mangpangap. Hindi ko na kailangan pang magsinungaling dahil nagkatotoo na ang usapan naming pekeng relasyon.

Nagawa na rin naming mag-usap ng casual sa loob at labas ng classroom, at maglambingan na hindi nahihiya. In love kami, may aangal ba?

Nandito kami ngayon sa ilalim ng malaking puno ng Narra, dito sa gilid ng Senior High School building. Nagbabasa ako ng libro habang nakahiga. Ginawa kong unan ang hita ni Daven.

Napansin ko iyong babaeng nasa second floor na nakatingin sa amin. "Iyong nerdy na babae sa second floor, may gusto siya sa'yo 'diba?" ani ko habang nakatingin sa babae.

"Babae? Sino?"

"Iyong nasa second floor nga."

"Hindi ko alam. Bakit?" Tumingin siya roon sa babae tapos sa akin.

"Anong hindi? Nag confess siya sa'yo dati. Binigyan kapa nga niya ng chocolate eh tapos hindi moo tinanggap." Bumalik naman siya sa pagtingin doon sa babae.

"Hmm?" Nag-isip isip muna siya. "Naalala ko na—teka, paano mo nalaman?"

"Nakita ko lang kayo sa likod ng building hahaha." Tumawa ako bigla.

Sumama naman 'yong tingin niya sa'kin dahil sa pagtawa k. "Anong nakakatawa?"

"Wala lang, happy lang ako. Ang gwapo mo kasi"

"Tsk. Huwag mo ako subukang tuksuin."

"Araaaaaay." Napasigaw ako nang kurutin niya ang ilong ko. "Ano ba?" sumbat ko.

"Ouch, my nose." Ang sakit ng ilong ko, namumula yata.

"Wala lang. ang ganda mo kasi." Siya naman itong tumawa.

Aba...

"Wow, ganda ng view ah." Sabay kaming napalingon ni Daven sa pinanggalingan ng boses. Si Ivan, nakangiting naglalakad papalapit sa amin.

Bumangon ako at umayos ng upo. Si ivan naman umupo sa tabi ni Daven.

"Pinapatawag ka ni lolo," aniya ni Ivan kay Daven.

"Bakit daw?"

"Warning kana raw sa ginawa n'yong PDA," sagot ni Ivan na hindi ko alam kung biro o hindi. Baka kasi nakita nga kami ni dean.

"Sabihin mo lang kay lolo na mahal ko siya." Si Daven naman ang humiga sa hita ko. "Pero mas mahal ko si Clara," dagdag niya na malokong nakangiti, nakatingin sa akin.

Pinalo ko siya tiyan. "Ah—aray," daing niya.

"Mahal din kita," tawa ko. Hawak hawak pa rin niya tiyan niya. Sa tingin ko napalakas pagkapaalo ko. "Masakit ba?"

"Oo, pero at least mahal mo'ko," aniya ulit.

"Papaluin ko ba ulit?" Tinaas ko ang palad ko.

"Huwag na. Ikamamatay ko yata palo mo," pigil niya sa akin. "Kiss nalang." Ngumuso siya.

"Tangina naman oh, makaalis na nga." Napalingon kami kay Ivan nang tumayo siya. "Lalo niyo lang akong iniinggit," aniya pa at saka nagsimulang maglakad. "Dave, seryuso ako. Hinahanap ka ni lolo," pahabol pa niyang lingon sa amin.

"Oh, pupunta ako mamaya," sagot naman ni Daven.

"Sa mother side ba kayo magpinsan ni Ivan? Arogante ka, Biendiso siya," tanong ko habang hinahaplos ang buhok niya.

"Father ko at mother niya 'yong magkambal," sagot niya.

"May kambal din pala sa tito Dino?"

"Yup, nasa dugo namin 'yong magkaanak ng kambal."

Tumango naman ako. "Kaya may kambal ka rin—sandali, nasaan na pala kambal mo?"

Natahimik siya dahil sa tanong ko. Ilang sandali pa bago siya nagsalita. "She died 10 years ago," panimula niya. Tumahimik siya sandali bago nagpatuloy. "Nagpunta kami ng America para ipagamot siya. 2 months after her surgery, Divine gave up."

Pagkatapos niyang magkuwento, ipinikit niya ang kaniyang mata. Nakatitig naman ako sa kaniyang mukha habang hinahaplos ang kaniyang buhok. Daven cared her sister a lot. Even during his childhood days, he treated his sister as a princess.

"Are you busy later?" tanong niya habang naglalakad kami pabalik sa classroom.

"Later? After dismissal? Pinapauwi ako nang maaga ni dad," sagot ko. Dala ko ang dalawang libro. Si Daven naman ngdala ng laptop ko.

"I mean before dismissal. Busy ba kayo sa club?"

"Hmm, I guess ako anchor later. Bakit?"

"Wala naman. Baka kasi binibigyan ka ng maraming gawain ng pinsan ko."

Tumawa ako. "Medyo bossy nga pinsan mo minsan pero hindi naman ako busy sa club. Ilang minuto lang naman itatagal ng pagsasalita ko."

"Good. Sunduin nalang kita sa studio mamaya pagkatapos mo."

"Wow, kala naman saang isla ako napadpad para sunduin mo pa," pagbibiro ko.

"Masama bang sunduin ka ng boyfriend mo?"

"Hindi naman. Ang corny mo lang." Tumawa ako at saka pumasok na sa classroom. Agad namang pumasok ang afternoon teacher namin kaya hindi na kami nagkulitan pa.

Nang matapos ang klase, dumiretso na ako sa studio. Si Daven naman ay pumunta muna sa office ng lolo niya. Hindi pa man ako natapos, natanaw ko na siya sa labas ng studio. Glass naman kasi at nakahawi iyong kurtina kaya nakita ko siya.

"And that is all for today's meaningful message. I hope it leaves you lessons to be learned." Tinapos ko na ang aking oras at si Ivan na ang sumunod para sa daily announcements.

"Halika, samahan mo ako." Pagkalabas ko ng studio, hinila agad ako ni Daven.

"Hoy, teka. Saan tayo papunta?' tanong ko habang hila-hila niya ako. Pero ngumiti lang siya at hindi na sumagot. Hinayaan ko naman ang sariling sumunod sa kaniya.

Napunta kami sa music room. "Anong ginagawa natin dito?' inilibot ko ang aking paningin sa loob na puno ng instruments. Hinila niya iyong isang upuan at inalok ako ng upo kaya umupo ako rito at pinagmasdan siya.

Kinuha niya iyong accoustic guitar at saka umupo sa harap ko. Nginitian ko siya dahil sa tingin ko alam ko na ang kaniyang gagawin.

Sinimulan niyang patugtugin ang guitara at kumanta.

"In this moment, I see you.

It always comes around, as I believed.

When the rain stops, you shine on me.

Your light's the only thing that keeps the cold out."

He's singing, "Christmas tree" by BTS V. The original sound track of the Korean hit series, "Our Beloved Summer." Alam niya rin pala ang kantang ito.

I love this this song and I think I'm going to fall for this song harder now that Daven is the one singing it.

"So I tell you a million tiny things that you have never known.

It all gets tangled up inside.

And I'll tell you a million little reasons.

I'm falling for your eyes.

I just want to be where you are."

Habang kumakanta siya, hindi ko mapigilan ang pagbilis ng tibok ng aking puso. Ang lamig ng kaniyang boses. Ang sarap pakinggan.

Patuloy lamang siya sa pagkanta at patuloy din ako sa pakikinig habang nakangiti kaharap siya.

"Tell you a million tiny things that you have never known.

It all gets tangled up inside.

And I tell you a million little reasons
I'm falling for your eyes.
I just want to be where you are."

Nang matapos niya ang kanta, nakatingin lamang siya sa aking mga mata habang nakangiti. Agad ko siyang niyakap sa hindi ko alam na dahilan. Gusto ko lang gawin. Gusto ko lang siyang yakapin.

"Sing me more often. I want to keep hearing your voice."

Commandment Number 10

February 25, 2022. Holiday kaya walang pasok. Ang nagawa namin ni Daven ay magtawagan at magkuwentuhan.

"Let's just talk all day, wala akong magawa."

"Paano kung ayaw ko?" biro ko.

"Pang sampong utos ko 'yan." Kinilig ako. Papaanong hindi ba? Ayaw niyang hindi ako kausap.

"Ano, Clara makikipaglandian kalang ba riyan?" sigaw ni mama sa labas ng kuwarto ko.

Nasa linya ng cellphone ko si Daven kaya naman tinakpan ko ang speaker nang magslita si mama. "Sandali ng, Dave," paalam ko pero hindi ko pinatay ang tawag. Tinakpan ko muli ang speaker at saka sumigaw pabalik kay mama. "Oo na nga po. Magbibihis na."

Death anniversary kasi ngayon ni lola, nanay ni mama kaya pupunta kaming sementaryo para dumalaw.

"Bilisan mo ano ba," pahabol pa ni mama.

"Dave, sandali lang ha?" binalik ko sa aking cellphone ang atensyon. Dinig ko naman ang pagtawa ni Daven.

"Hahaha take your time. Mamaya nalang ulit," aniya.

"Hmm, sige. Byebye!"

"Ingat ka."

"Ikaw din, mahal."

"I love you."

"I love you so much."

"CLARA, ANO BA?" Pinatay ko na agad ang tawag nang magsalita na naman si mama. Akala ko naman kasi umalis na siya riyan.

"Ito na nga po oh." Nagbihis ako agad pagkatpos ay lumabas na ng kuwarto.

"Ikaw talagang bata ka."

"Aray!"

Pagkalabas ko, pinalo agad ni mama ang aking braso. "Manang mana ka talaga sa tatay mo sa ka kornihan," aniya.

Hinahaplos ko ang aking brasong humahapdi. "Mama naman eh, kung makapalo ka naman," reklamo ko.

"Sus, oo na sorry na," hinaplos niya rin ang braso kong namumula. Napangiti ako.

Yumakap ako kay mama habang palabas kami ng bahay. "Ang bigat mo na, Clara. Ganiyan kapa rin maglambing."

"Sinanay niyo po ako maging baby kahit malaki na ako eh." Nakayakap lang ako kay mama hanggang sa makalapit kami sa sasakyan kung saan naghihintay si papa.

"May dadaanan din pala tayo. Sa hospital," aniya ni papa habang nasa biyahe kami.

"Ano naman gagawin natin sa hospital?" tanong ni mama.

"May bibisitahin akong pasiyente."

"You mean that attempted murder case?"

"Oo, gising na raw iyong biktima."

Patuloy lamang sa pag-uusap sina mama at papa habang tinatawagan ko si Daven pero walang sumasagot. Ring lang nang ring ang kaniyang cellphone. Wala ring reply sa mga text ko.

Pagkatapos namin bisitahin si Lola, pumunta nga kaming hospital. Sumama na ako sa kanila na pumasok sa hospital. Wala rin naman akong magawa sa loob ng sasakyan. Umakyat kami sa third floor at pumasok sa room 109.

"Atty. naparito po kayo?" aniya ng isang matandang babae kay papa nang makapasok kami sa silid. Inilibot ko ang aking paningin hanggang sa mapunta ang mga tingin ko sa nakahigang pasiyente.

"Ngayon ko lang kasi nalamang gising na ang apo niyo, kaya po ako naparito para bumisita," sagot naman ni papa. Iniabot niya sa matanda iyong pastic na may lamang mga prutas na binili niya kanina.

"Naku, maraming salamat po rito," pagpapasalamat ng matanda. Ngumiti lamang si papa at saka lumapit sa pasiyenteng nakahiga.

"Mrs. Abella, umupo muna kayo," aniya ng matanda kay mama. "Ikaw rin, ija," baling niya sa akin.

"Magandang araw po, lola," ani ko.

"Kamusta po pala kayo?" tanong ni mama kay nanay nang makaupo kami doon sa sofa.

"Ito, masayang masaya ako dahil gising na ang aking apo." Lumingon ako kay papa na ngayon ay kinakausap ang pasiyente. Bagaman nakahiga ang nakabalot ang ulo, nagagawa paring ngumiti ng babae. Sina mama at iyong lola naman ay nau-uusap sa tabi ko.

Biglang may tumawag kay papa kaya naman naputol ang usapan nila. Nagpalam muna si papa saka lumabas. Ngunit bumalik din siya agad at tinawag si mama, "Hon, may naghahanap sayo." Lumabas muna silang dalawa.

Lumapit iyong lola sa apo niya. "Mara, may kukunin lang din ako sa labas sandali ha?"

"Sige po, lola."

Lumapit naman iyong lola sa akin. "Ija, pwede baang samahan mo muna apo ko?" aniya. "Sandali lamang ako," pakiusap niya.

"Wala pong problema lola."

Nang makalabas si lola, tumayo ako saka lumapit sa apo niya. "Hi," bati ko. Ngumiti siya. "Ako nga pala si Clara, anak ni atty. Abella," pagpapakilala ko.

"Tawagin mo nalang ako sa pangalang Mara," ngiti niya.

Umupo ako sa upuan na nasa gilid ng higaan niya. "Kamusta ka?"

"Mabuti naman. Pero napuno na ako sa utang na loob." Iyong masaya niyang mukha ay napalitan bigla ng lungkot habang nakatingin sa kisame. "Nahihiya na ako sa sarili ko."

Ngumiti ako at hinawakan ang kamay niya kaya naman lumingon muli siya sa akin. "Huwag mo muna isipin iyan sa ngayon. Magpagaling ka at tutulungan ka ni papa sa korte." Narinig ko kasi sa usapan nina mama at papa sa sasakyan kanina na libreng serbisyo ang binigay ni papa sa kanila.

"Hindi ko alam kung paano ko kayo pasasalamatan. Ang bait bait niyong tao," naluluha niyang wika. Ngumiti lang ako sa kaniya.

"Magpakatatag ka lang, Mara. Maipapanalo mo ang laban." She's too young to be involved in such case. I think magka-edad lang kami base sa hitsura niya. And she's pretty.

Habang sinisubukan ko siyang pangitiin, biglang bumukas ang pinto kaya sabay kami ni Mara na lumingon doon. Pumasok ang isang doctor na lalaki.

"How are you feeling?" tanong niya agad. Lumapit siya kaya naman tumayo ako upang bigyan siya ng lugar.

"Kailan paba ako pwedeng umuwi?" tanong naman ni Mara habang may inuusisa ang doctor sa kaniya.

"You still can't be discharged."

"Alam mong wala akong oras para humiga rito, Dray. Kailangan kong magtrabaho," giit ni Mara.

"I clearly told you, you have to stay here for a week. Huwag na makulit, Mara."

"Pero Dray-"

"No buts." Nagbabalang tumingin ang doctor kay Mara. Si Mara naman ay hindi na lamang umimik. Pabaling-baling ang tingin ko sa kanilang dalawa. Nagtataka ako kasi parang hindi naman doctor-patient ang tono ng usapan nila.

Bigla na lamang napunta sa akin ang mata ng doctor pagkatapos ay bumalik ulit ang tingin kay Mara. "Anak ni atty. Abella," aniya ni Mara.

"Clara nga pala," pagpapakilala ko.

"Claython Dray, Mara's doctor," pagpapakilala rin niya. Pero nang lumingon ako kay Mara at ang tinginan nilang dalawa, batid ko na kung ano nga ba sila. Kaya ngumiti ako.

"Alam ko po, hindi niyo na po kailangan itago sa'kin." Sa una ay nagtaka sila ngunit kalaunan ay ngumiti rin sila sa'kin. Humalik pa si Dr. Claython kay Mara. Their eyes clearly tells their soul.

Bumukas na naman ang pinto kaya lumingon kami roon. Iniluwa nito si "Ivan?"

"Dray, si Dave," hinihingal niyang wika.

"Why? What-" Agad na tumakbo si Dray palabas. Si Ivan naman tumingin muna sa akin bago tumakbo rin. Naiwan akong nagtataka.

"Dave- Daven?"

Sunod din akong tumakbo palabas nang may napagtanto. Nakita ko sa unahang tunaktakbo sina Dray at Ivan kaya sinundan ko sila. Kakaibang kabog ng dibdib ang aking nararamdaman habang tumatakbo.

Hindi ko alam ang nangyayari pero kinakabahan ako, masama ang pakiramdam ko.

Commandment Number 11

Glioblastoma, or brain tumor. Daven had a surgery 3 years ago, sa US. He was saved from death but his life becomes limited.

All these days, while I was busy clinging on Daven, I forgot the drill. He said it last february 14. That actually means he only have one month to live

Kaunting panahon palang ang aming pinagsamahan, but I'm already in love. Or perhaps, before we started our fake relationship, my heart has been loving him. I just didn't realize it.

"Clara, umuwi kana. You've been here all night," aniya ni Ivan. Kagabi pa ako nila pinagtutulungang pauwiin pero nagpumilit ako.

"Ayaw. Hinhintayin ko muna magising si Dave." Nakatulog ako kagabi dito sa tabi ni Daven, nakayuko sa kaniyang higaan. Simula kahapon, hindi pa rin siya gumigising. Pero ang sabi ni dr. Dray, gigising lang siya anumang oras.

Hindi na nagsalita pa si Ivan. Alam naman niyang hindi talaga ako uuwi. Binalot lang kami ng katahimikan habang pinagmamasdan kong nakahiga si Daven.

"I'm sorry." Hanggang sa basagin ni Ivan ang katahimikan. "Dave don't want you to know. Kaya hindi ko rin sinabi sa'yo." Unti-unti na namang namumuo ang luha sa aking mata. Alam nilang lahat ang tungkol kay Daven at sinadya nilang hindi iyon ipaalam sa akin. Kahit sina mama at papa, una pa silang nakaalam. At tinago rin nila iyon sa'kin.

"Binalaan ko na si Daven. But he likes you that deep. Kahit alam niyang iiwan ka niya ano mang oras," pagpapatuloy ni Ivan kaya naman tuluyang pumatak aang aking luha. "2 years ago, gusto kana niya dahil alam niyang ikaw 'yong batang nangako sa kaniya noon. At dahil bilang nalang ang mga araw niya, hindi siya nagpakalapit sa'yo."

Tumayo si Ivan at lumapit sa akin. Sabay naming pinagmasdan si Daven. "He build a barrier to stay away from you. Pero that day na nakiusap ka sa kaniya, sinira niya rin and he fell harder. Ikaw lang ang babaeng ginusto niya sa buong buhay niya kaya ayaw ka niyang masaktan if ever na mamaalam siya."

Hindi ako nagsalita. Hawak-hawak ko lang ang kamay ni Daven. Ilang sandali pa ay dumating sina mama at papa kasama ang mga magulang ni Daven. Pinilit nila akong umuwi. Hindi ako nakaayaw dahil pinagalitan ako ni papa.

Hindi tumawag si Ivan sa akin habang nasa bahay ako. Ibig sabihin, hindi pa gumigising si Daven.

Kinagabihan, pinayagan ako ni papa na bumalik sa hospital. Nagkataong nagkasabay kami ng dating ni

Dray sa pagsakay sa elevator. Ayaw na niya magpatawag na doctor Dray, magkaibigan naman sila ni Dave.

"You will perform his surgery, right?" tanong ko habang hindi pa rin tumitingin sa kaniya.

"I will just assist." Second year resident pa pala siya.

"A-anong posible mangyari after the surgery?" ngayon ko lang siya nilingon, nakatitig din pala siya sa'kin.

Hindi siya sumagot agad, tila ayaw niyang sabihin o hindi niya alam kung paano sasabihin. Until he finally answered, "Surgery cannot guarantee his life. Only miracle can. Surgeons are not God. Alam kong alam mo na, Clara. I don't wanna say it to you but..." huminto muna siya sa pagsasalita bago magpatuloy, "I know you get what I mean."

Hindi na ako nakapagsalita pa kaya binalot kami ng katahimikan hanggang sa makalabas kami ng elevator. Nauna siyang naglakad ngunit huminto siya sa paghakbang at humarap muli sa akin. "I cannot feel your pain, but you have to stay still. Dave and I are not that close friends pero alam ko kung gaano ka kamahal ng kaibigan ko."

Everyone knows. Everyone is telling me about Daven. Ngayon pa...ngayon pa na huli na. Kung nalaman ko lang siguro nang maaga, I might be loving him more than I'm feeling right now.

Pagdating ko sa kuwarto ni Daven, gising na siya, nakangiti sa akin.

"Hey..." Agad akong lumapit sa kaniya at yumakap. Ngunit narinig ko ang pagtikhim ng kaniyang amang nakatingin sa amin kaya kumalas ako sa pagkayakap. Si Daven naman ay nakangiti lang na nakatingin sa akin. Animo'y may magandang bagay na nangyari.

"Anong nginingitingiti mo riyan? Dami-dami mong kailangang sabihin," sumbat ko sa kaniya.

"Akala ko sinabi na lahat ni Ivan?" Mas lalo lang tumamis ang kaniyang ngiti kaya kinunutan ko siya ng noo.

"Oo pero gusto kong sabihin mo rin." Pero hindi siya sumagot bagkus ay ngumiti lamang. Ngiting kinainis ko.

"Daven naman eh, paano mo nagawang ngumiti samantalang nagluluksa ako?" Naiiyak ako. Hindi ko alam pero naging emosyonal ako bigla. Nakakainis kasi eh, ngumingiti siya ngayon habang nanganganib ang buhay niya.

Umalis ng kuwarto sina Ivan at mga magulang ni Daven kaya kami nalang natira.

Hinila niya ako paupo sa gilid ng kaniyang higaan. Tahimik at blanko ang kaniyang mukhang nakatingin sa akin. Hindi ko kinayang makipagtitigan sa kaniya kaya niyakap ko siya.

"Bakit gano'n? Bakit ngayon mo lang sinabi?" tanong ko habang lumuluha.

Yumakap din siya sa akin pabalik.

"Patawad, ayaw ko lang na mamaalam sa'yo."

Tuluyan akong humagulhol. Humigpit rin ang kaniyang yakap sa akin. Hindi ko alam kung ito na nga ba ang katapusan naming dalawa, pero patuloy akong humihiling na sana hindi pa.

—

Lunes ngayon, araw ng surgery ni Daven. Hindi ako pumasok, ganoon din si Ivan. Kaming dalawa nalang ang sumunod kay Daven papuntang OR dahil si tita Martha ay pinapahinahon ni tito.

Nasa labas kami ng OR ng huminto muna sila. Humawak muna ako sa kamay ni Daven at mapait na ngumiti sa kaniya.

"Commandment Number Eleven, sinulat ko sa notebook mo. Basahin mo nalang pagkatapos ng surgery." Nakakainis pa rin. Nagagawa niyang ngumiti pa sa mga oras na 'to habang ako umiiyak sa kaba.

"No, Dave ikaw mismo ang magsabi sakin." Umaasa pa rin ako.

Nag-iwas lamang siya ng tingin pero nahagip ko ang mata niyang lumuha. Sumenyas na siya na pumasok na at naiwan kami ni Ivan sa labas.

Sunod na pumasok sina Dray at ang main Surgeon.

Habang naghihintay kami sa labas, lumapit sa amin ang mga magulang ni Dave at ang Lolo niya. Umiiyak pa rin akong nagmano sa kanila bago umupo.

Tumabi sa akin ng upo ang kaniyang lolo.

"Ija, hindi man kita nakakausap pero pinagmamasdan ko lagi ang mga pagkakataong naging masaya kayo ng apo ko," aniya ni dean kaya lumingon ako sa kaniya. "Si Dave, paborito kong bata iyon. Lahat ng gusto niya ay binibigay ko, pero hindi ako Diyos para ibigay sa kaniya ang mahabang buhay. Kaya hinayaan ko siyang maging masaya sa piling mo kahit sa sandaling oras lamang."

Pinipilit kong tuyuin ang luha sa aking pisnge habang nagkukuwento si dean. Ngunit patuloy ring tumutubig ang aking mata.

"Tatlong taon na naming sinimulang tanggapin ang kung ano mang kahihinatnan niya," dagdag niya sa kuwento. "Alam mo na kung bakit pinili niyang magpa-opera kahit hindi na nito masisigurong maibabalik ang kaniyang buhay?" tanong niya sa akin habang pinipilit na ngumiti.

Lumingo-lingo lang ako.

"Dahil gusto ka niya. Nagbabasakali siyang hahaba pa ang kaniyang buhay pagkatapos ng operasyon, kahit batid niyang hindi na. Nagbabasakali siyang makasama ka ng matagal kahit alam niyang namamaalam na siya." Ang mga salitang iyan ang tuluyang nagpahagulhol sa akin. Kaya naman yumakap ako kay dean. "Tatlong taon na, pero hindi ko pa rin tanggap ang sakunang ito. Kaya naiintindihan ko ang iyak mo, Ija." Niyakap niya ako nang mahigpit.

Sumisikip ang aking dibdib. Masakit, ang sakit.

Ilang minuto ang tinagal ng pag-iyak ko habang yakap-yakap ang Lolo ni Dave. Hanggang sa mapagod ang aking mata.

Mahigit tatlong oras ang tinaggal ng aming paghihintay bago lumabas ang mga doctor mula sa loob ng OR.

Sabay-sabay kaming tumayo, siya namang pagyuko ng mga doctor.

"Daven Biendiso Arogante, time of death: February 28, 2022, 11:15 AM."

Epilogue: Daven's Order

Ang usapan namin, isang buwan kaming magpapanggap na magkasintahan. Nangyari nga, isang buwan lang. February 1 nagsimula ang lahat, February 28 nagtapos.

Nawalan ng lakas ang mga paa kong tumayo pagkatapos marinig ang anunsyo ng doktor. Mabuti na lamang at nasalo ako ni Ivan kaya hindi ako tuluyang natumba. Sa mga sandaling 'to, ang bigat ng dibdib ko, ang sakit ng pakiramdam ko.

I'm not yet ready. I'm not yet ready to lose him. Gusto ko pa siyang makasama.

Binasa ko ang sinulat niyang commandment number eleven sa notebook ko.

"Clara babe, patawad dahil kailangan kong lumisan nang maaga. Please be happy without me. Hihintayin nalang kita rito sa paraiso. Habang nariyan kapa, kalimutan mo muna ako at magpakasaya ka sa buhay mo. Utos ko iyan, kapalit ng pagpapanggap ko bilang boyfriend mo. Mahal kita, hanggang sa muli."

Maikling sandali lang ang pinagsamahan namin ngunit naging malapit na kami sa isa't isa. Aaminin ko, ginusto ko na siya. Nag-iba ang pananaw ko kay Daven simula nang nagpanggap siyang boyfriend ko.

Dati, I really hate his attitude, his actions, his personality, and even his stares. Nakakairita. But when we pretend to be in a relationship, when I got close to him, when I started to spend most of the class breaks with him, I saw something in his eyes and I felt different.

Too early to say that I'm deeply in love with him but I'm now into him. And I know, he will always be part of the story of my life.

Two weeks had passed. And still, the notebook in which all his commandments were written is on my bedside table. I put it there, beside the photo of us.

His commandments will stay... only as part of our memories.

Friday ngayon at mamayang gabi na ang seniors ball. After lunch break, wala na kaming klase. Pinaghanda na para sa prom na gaganapin 6:00 pm. Dumiretso ako sa beauty shop ng pinsan ni mama dahil si tita na ang bahala sa akin. That's what she promised me.

"By the way, sino maghahatid sa'yo pabalik sa campus ngayon?" tanong ni tita habang sinusuot ang earrings ko sa aking kanang tainga.

Siguro napatanong siya kasi nasa work sina mama at papa ngayon.

"Si Ivan po, siya po susundo sakin dito," sagot ko habang nakatingin sa salamin.

"Escort mo? The Ivan I know?" pahabol na tanong ni tita. Ibig niyang sabihin ay si Ivan na pinsan ni Daven. Nakilala niya when Daven left.

Ngumiti ako nang may pait at sumagot, "Opo."

Natapos nang isuot ni tita ang dalawang earrings ko kaya dumistansya siya at tinignan ang aking hitsura. Ako naman ay nakatingin sa malaking salamin sa harapan ko kung saan makikita ang aking repleksyon.

I'm wearing a light pink dress na sa isang side lang ang may strap. Fit na fit sakin ang dress kaya halata ang kurba ng aking katawan. May slit rin ito kaya medyo sexy tingnan.

Nasa likod nakatali ang aking buhok upang mahalata ang aking mahabang hikaw na pumapatong sa aking balikat.

"Wow, you look like a barbie doll," nakangiting puri ni tita sa akin. Bata pa ako madalas na akong pagsabihan na mukha akong barbie doll. "Sabi ko sa'yo babagay sa'yo 'yong pink eh."

Kanina kasi, gusto ko sanang isuot ay 'yong red na dress. Kaso sabi ni tita hindi bagay. Itong pink ang hinanda niya para ipasuot sa'kin. Hindi naman ako makapalag, si tita itong beautician na fashion designer pa.

"Babagay din naman siguro sa'kin 'yong red tita eh," suhesyon ko.

"Oo, pero hindi pang prom 'yong design no'n." Lumapit muli si tita sa'kin at inayos ang aking buhok.

Pero in fairness, ngayon ko lang na appreciate 'yong ganda ko. Siguro dahil bumagay nga sa'kin 'yong suot ko o nababaguhan lang ako sa make up. May make up nga naman pala ako kaya medyo nagbago 'yong hitsura.

"Gusto ko po 'yong earrings tita." Manghang-mangha akong nakatingin sa aking earrings. First time ko kasing magsuot ng ganito kahabang hikaw.

"Iyan sana 'yong birthday gift ko sa'yo last January kaso hindi ako nakaabot. Ngayon mo nalang gamitin." January no'ng nag debut ako, hindi naka-attend si tita kasi nasa London siya no'n. Timing kasi na may importanteng event siyang pinuntahan no'ng mismong araw ng birthday ko.

"Ibig sabihin, akin na po ito ngayon tita?"

"I bought that for you, darling." She gently touch my face.

Tita Lara is indeed gorgeous. From the shape of her face, her lips, her nose, and her most admiring eyes. May lahi ng talagang magaganda si mama. Tita Lara's blue eyes really made me jealous of it. Matagal ko nang gustong makipag-exchange ng mata sa kaniya.

Hindi nagtagal, dumating na si Ivan. Siya mismo ang nag drive ng kaniyang sasakyan. Medyo nasurprisa ako nang makita siya kasi mauvelous pink 'yong suit niya tapos akin naman carnation pink. What a coincidence, hindi naman kami nag-usap.

Hinatid ako ni tita palabas ng shop.

Nang makalabas kami, nagmano kaagad si Ivan sa kaniya. "Magandang hapon po, tita" bati nito.

"Magandang hapon rin. Ikaw na bahala rito sa maganda kong pamangkin ha?"

"You can trust me, tita." Nakangiti siyang pinagbuksan ako ng pinto.

"Thank you," saad ko nang makapasok.

"Thank you tita, babye!" Kumaway pa ako kay tita bago kami tuluyang umalis.

"I'm surprised sa kulay ng suot natin," aniya ni Ivan habang nagmamaneho.

Ngumiti ako nang bahagya. "Hindi lang yata ikaw."

Nang makarating kami sa school, pinagtitinginan na kami ng mga tao pagbaba namin ng sasakyan. Lalo na nang makapasok kami sa gymnasium kung saan gaganapin ang prom, sa loob marami ng tao, malakas na ang musika, at makukulay na ang mga ilaw.

Hindi nagtagal, nagsimula na ang prom. At nang patapos, pinasayaw kami upang pumili ng King and Queen of the Night. Sinimulan na ring paikutin ang spotlight.

Nasa balikat ni Ivan ang aking kamay habang ang kaniya naman ay nasa aking baywang. Sumasayaw kami naaayon sa tunog ng musika. At hindi nawawala ang eye contact. Nakangiti kami pareho sa isa't isa.

I know Ivan is good-looking, but parang ngayon ko lang nakita ang pagpupuri ng iba sa kaniya. He looks so different tonight. He looks so manly admirable.

"Parang kakaiba ngiti mo ngayon," ani ko habang sumasayaw kami sa gitna ng crowd.

"Kasi kakaiba rin ang ganda mo ngayon."

Umirap ako. "Alam ko." Nagtatanong lang naman ako nang matino.

Tinawanan niya lang ako. "By the way, I have to present you something," aniya. Lumingon din ako sa kaniya pabalik.

"Ano 'yon?"

Tumigil kami sa pagsayaw at marahan niya akong hinila pabalik sa aming upuan kanina. Kinuha niya ang isang paper bag sa mesa at inabot sa'kin.

"Open it."

Curios ako kung ano ang laman kaya tinanggap ko kaagad at binuksan.

Isang portrait drawing ko. It's a picture of me na nakangiti, 'yong si Daven ang kumuha. May text pang nakalagay. "Clara babe." May pangalan ang signature din ni Daven.

"He draws you a lot, and that's his last piece."

Bigla akong natulala sa aking litrato at sa pangalan niya. It still has been weeks kaya hindi pa tuluyang naghilom ang lahat. Masakit pa rin ang sugat.

"He hates leaving a thing to someone for the last time as a sign of farewell 'coz it's too painful for him to leave when he always want to stay. That's why he asked me to give you this tonight," dagdag na wika ni Ivan.

"Tonight?" Tumingin ako sa kaniya.

"On the prom night, dance her for me. Tell her that I love her and that will be the last time that she will hear it. Tell her to be happy, and tell her to find a man who deserves her heart. Iyan ang sabi niya," pagwiwika ni Ivan sa mga katagang binilin ni Daven sa kaniya.

Parang may karayum na tumusok sa aking puso habang nakikinig sa mga sinasabi niya. I can't say a word.

"That's why tonight, for the last time I will speak on be half of my cousin." Hinawakan niya ang aking kamay at pinatong ito sa kaniyang balikat. Inilagay naman niya ang kaniyang kamay sa aking baywang. "He loves you. You're the woman he treasures the most. You are his first and last love. So I wish you...after this heartbreak...to be happy."

When the operator plays another song, we dance again. But this time parang lumulutang na ang kaluluwa ko. Ivan's words were stuck in my head.

The spotlight stops, pointing us. Everyone in the crowd is looking at us, but I am just looking at Ivan as I utter the question, "How can I be happy?"

About the Author

Reya Andales

Reya Andales is a young aspiring novelist who came from the Republic of the Philippines. She has books that are published digitally. She started to love reading and writing novels when she was 16 and she continues her passion and dream. She got her first publication at the age of 19.

www.ingramcontent.com/pod-product-compliance
Lightning Source LLC
LaVergne TN
LVHW041536070526
838199LV00046B/1692